இன்று

இன்று

அசோகமித்திரன் (1931–2017)

இயற்பெயர் ஜ. தியாகராஜன். செகந்தராபாத்தில் பிறந்தார். மெஹ்பூப் கல்லூரியிலும் நிஜாம் கல்லூரியிலும் ஆங்கிலம், இயற்பியல், வேதியியல் படித்தார். தந்தையின் மறைவுக்குப்பின் இருபத்தொன்றாம் வயதில் குடும்பத்துடன் சென்னைக்குக் குடியேறினார். *கணையாழி* மாத இதழின் ஆசிரியராகப் பல ஆண்டுகள் பணியாற்றினார்.

1951 முதல் தமிழிலும் ஆங்கிலத்திலும் எழுதினார். சிறுகதை, குறுநாவல், நாவல், கட்டுரை, விமர்சனம், சுய அனுபவப் பதிவு போன்ற பிரிவுகளில் 60 நூல்களுக்கும் மேல் எழுதியிருக்கிறார். பல இந்திய மொழிகளிலும் சில ஐரோப்பிய மொழிகளிலும் இவரது நூல்கள் மொழிபெயர்க்கப்பட்டுள்ளன. 1973இல் அமெரிக்காவின் அயோவா பல்கலைக்கழகத்தின் எழுத்தாளர்களுக்கான சிறப்புப் பயிலரங்கில் கலந்துகொண்டவர்.

1996ஆம் ஆண்டு சாகித்திய அக்காதெமி விருது பெற்றார்.

அசோகமித்திரன் தனது 85வது வயதில், 23.03.2017 அன்று சென்னை வேளச்சேரியில் காலமானார்.

மனைவி: ராஜேஸ்வரி. மகன்கள்: தி. ரவிசங்கர், தி. முத்துக்குமார், தி. ராமகிருஷ்ணன்.

அசோகமித்திரனின் பிற நூல்கள்
(காலச்சுவடு வெளியீடு)

நாவல்
- 18வது அட்சக்கோடு (கிளாசிக் வரிசை)
- ஒற்றன்!
- யுத்தங்களுக்கிடையில்...
- ஆகாயத் தாமரை
- தண்ணீர் (கிளாசிக் வரிசை)
- இந்தியா 1944 – 48
- கரைந்த நிழல்கள் (கிளாசிக் வரிசை)
- மானசரோவர் (கிளாசிக் வரிசை)

சிறுகதை
- ஐந்நூறு கோப்பைத் தட்டுகள் (கிளாசிக் வரிசை)
- வாழ்விலே ஒரு முறை (முதல் சிறுகதைத் தொகுப்பு வரிசை)
- அழிவற்றது
- 1945இல் இப்படியெல்லாம் இருந்தது...
- இரண்டு விரல் தட்டச்சு
- அசோகமித்திரன் சிறுகதைகள் (முழுத் தொகுப்பு)
- அமானுஷ்ய நினைவுகள்

குறுநாவல்
- இன்ஸ்பெக்டர் செண்பகராமன்
- அசோகமித்திரன் குறுநாவல்கள் (முழுத் தொகுப்பு)
- மணல் (கிளாசிக் வரிசை)

கட்டுரை
- எரியாத நினைவுகள் (கிளாசிக் வரிசை)
- சில ஆசிரியர்கள் சில நூல்கள்
- படைப்புக்கலை
- ஒரு பார்வையில் சென்னை நகரம்
- ஆடிய ஆட்டமென்ன

அசோகமித்திரன்

இன்று

காலச்சுவடு பதிப்பகம்

அன்பார்ந்த வாசகருக்கு,

வணக்கம்.

காலச்சுவடு நூலை வாங்கியமைக்கு நன்றி.

நூலின் உள்ளடக்கம், உருவாக்கம், அட்டைப்படம் இன்ன பிற அம்சங்கள் பற்றிய உங்கள் கருத்துகளையும் ஆலோசனைகளையும் காலச்சுவடு வரவேற்கிறது. தகவல், எழுத்து, வாக்கியப் பிழைகள் தென்பட்டால் கட்டாயம் தெரிவித்து உதவுங்கள். நூல் தயாரிப்பில் கடும் குறைபாடு இருப்பின் மாற்றுப் பிரதி உங்களுக்குக் கிடைக்கக் காலச்சுவடு ஏற்பாடு செய்யும்.

மின்னஞ்சல்: publisher@kalachuvadu.com

காலச்சுவடு நாகர்கோவில் தலைமையகத்துக்கும் கடிதம் அனுப்பலாம்.

தங்கள்
எஸ்.ஆர். சுந்தரம் (கண்ணன்)
பதிப்பாளர் – நிர்வாக இயக்குநர்

இன்று ❖ நாவல் ❖ அசோகமித்திரன் ❖ © ராஜேஸ்வரி, தி. ரவிசங்கர், தி. முத்துக்குமார், தி. ராமகிருஷ்ணன் ❖ முதல் பதிப்பு: செப்டம்பர் 1984 ❖ காலச்சுவடு முதல் பதிப்பு: டிசம்பர் 2018, ஐந்தாம் பதிப்பு: ஆகஸ்ட் 2023 ❖ வெளியீடு: காலச்சுவடு பப்ளிகேஷன்ஸ் (பி) லிட்., 669, கே.பி. சாலை, நாகர்கோவில் 629001

inRu ❖ Novel ❖ Author: Ashokamitran ❖ © Rajeswari, T. Ravishankar, T. Muthukumar and T. Ramakrishnan ❖ Language: Tamil ❖ First Edition: September 1984 ❖ Kalachuvadu First Edition:December 2018, Fifth Edition: August 2023 ❖ Size: Demy 1 x 8 ❖ Paper: 18.6 kg maplitho ❖ Pages: 96

Published by Kalachuvadu Publications Pvt. Ltd., 669 K.P. Road, Nagercoil 629001, India ❖ Phone: 91-4652-278525 ❖ e-mail: publications @kalachuvadu.com ❖ Printed at Adyar Students xerox Pvt. Ltd., No. 275 Habibullah Road, Triplicane high Road, Opp Triplicane Post Office, Triplicane, Chennai 600005

ISBN: 978-93-88631-01-3

08/2023/S.No. 869, kcp 4644, 18.6 (5) uss

எல்லோரும் சொல்கிறார்கள்
சுதந்திரத்தையே
விரும்புவதாக. நான்
பணிதலை வேண்டுகிறேன்,
சுதந்திரத்தை
மதிக்கவில்லை என்றில்லை.
ஆனால் நான்
ஏங்குவதென்னவோ
உன்னைப் பணிந்திருப்பதை
சுதந்திரத்தைக்
காட்டிலும் அது
சுந்தரமானது.
அதுவே என் ஆனந்தம்.
ஆனால்
வேறொருவரைப் பணிய
நீ ஆணையிட்டாலோ
உன் ஆணைக்கு
இணங்க முடியாது.
இன்னொருவரைப்
பணிவதில்
உன்னைப் பணியச்
சுதந்திரமற்றவனாவேன்.

O

ஒரு கொரிய நாட்டுக் கவிதை

1
டால்ஸ்டாய்

அவனுக்கு வழக்கமாகிப் போனபடி அவன் இம்முறை பயணம் செய்த இரயிலும் காலம் தாழ்த்தியே செல்லும் என்று எண்ணிச் சற்றுக் கண்ணயர்ந்து விழித்தபோது இரயில் அவன் இறங்க வேண்டிய ஸ்டேஷனைத் தாண்டி ஐந்தாறு மைல்கள் கடந்து காயாத வயல் காட்டில் சாயாத கைகாட்டி மரம் ஒன்றின் அருகில் நின்றுகொண்டிருந்ததை உணர்ந்தான்.

ஓர் உரை

இரு மகத்தான படைப்பாளிகளாகிய டால்ஸ்டாயுக்கும் வள்ளத்தோலுக்கும் அஞ்சலி செலுத்தும் இந்தப் பேரணியின் இந்த அமர்வில் டால்ஸ்டாயைப் பற்றிச் சில வார்த்தைகள் கூற எனக்கு அனுமதி அளிக்கப்பட்டதற்கு என் நன்றியைத் தெரிவித்துக் கொள்கிறேன்.

டால்ஸ்டாயைத் தன்னுடைய குரு என்று காந்திஜி கூறியது இங்கு திரும்பத்திரும்ப நினைவுபடுத்தப் பட்டது. பல தருணங்களில் மகத்தான உள்ளங்கள் பிற மகத்தான உள்ளங்களோடு நினைவு கூறப்படுவது உண்மைதான். மனித இனமே மகத்தான உள்ளங்களோடு தன்னை ஒருங்கிணைத்துக்கொள்ள இதுவே வழி அமைக்கும். டால்ஸ்டாயைப் பொறுத்தவரையில் காந்திஜி இல்லாமல்கூடப் படைப்பு உலகில் டால்ஸ்டாயின் பாதிப்பு இன்றுள்ளதற்குச் சிறிதும் குறைந்து விடாது. டால்ஸ்டாயின் சம காலத்தவர்களாகச் சில மகத்தான மொழிபெயர்ப்பாளர்களும் இருந்தது மனித இனம் பெற்ற நற்பேறுகளில் ஒன்று. அவர்கள் அந்த மேதை தன் மொழியில் இலக்கியம் படைத்துக்கொண்டிருந்த அதே

நேரத்தில் அவற்றை ஆங்கிலத்திலும் ஜெர்மனியிலும் மொழி பெயர்த்து உலகின் பிற பாகத்தினருக்கும் அவற்றைப் பகிர்ந்துகொள்ள வாய்ப்பு ஏற்படுத்திக்கொண்டிருந்தார்கள். பார்க்கப்போனால் டால்ஸ்டாய் எழுதி வரும்போதே இவர் களும் மொழிபெயர்ப்பை உடனுக்குடனே செய்து வந்தது சில குழப்பங்களைக்கூட விளைவித்தது. இவர்களுக்கு மொழிபெயர்ப்புக்கு அனுப்பித்த பகுதிகளில்கூட டால்ஸ்டாய் திருத்தங்கள் செய்துவந்து அப்பகுதிகளுக்கு திருத்திய பகுதிகளை அனுப்பித்து விடுவார். திருத்திய பிரதிகள் போய்ச் சேர்வதற்குள் ஏற்கெனவே மொழிபெயர்த்தது வெளியீட்டாளர்களிடம் போய்ச் சேர்ந்திருக்கும். அவர்கள் அதை அச்சிட்டிருக்கும் வேளையில் திருத்திய பகுதிகளின் மொழபெயர்ப்பு போய்ச்சேரும். திருத்திய பகுதிகளை மீண்டும் அச்சிட்டு வரும்போது முன்னால் அனுப்பித்த பகுதிகளிலேயே சிறு மாற்றங்கள் செய்தால் போதும் என்ற அவசரச் செய்தி வரும். வெவ்வேறு மொழிகளில் திருத்திய பகுதிகள், திருத்தப்படாதவை என ஒரே பகுதிக்கு மூன்று வெவ்வேறு பிரதிகள் இருக்கும். கடிதப் போக்குவரத்துத் தாமதங் களால் குழப்பம் நேரிட்டு டால்ஸ்டாய் மறைந்த பின்னும்கூடப் பல ஆண்டுகளுக்கு எது இறுதியான பிரதி என்று தெரியாமல் போயிருக்கிறது. இச்சங்கடங்கள் நேரிட்டால் கூட அன்றே படிப்போர் மத்தியில் டால்ஸ்டாயின் எழுத்தை உடனுக்குடனே பகிர்ந்துகொள்ள வேண்டும் என்ற ஆர்வம் குறையாமல் இருந்தது.

தன் படைப்பையும் தன் படைப்பு படிப்போர் மத்தியில் விளைவிக்கும் பாதிப்புகளையும் தனக்கும் சமூகத்திற்குமிடையே உள்ள உறவையும் அக்கறையோடு மதிக்கும் எந்த எழுத்தாளனும் டால்ஸ்டாய் விட்டுச் சென்ற பெரும் இலக்கியப் பொக்கிஷத்தைப் புறக்கணிக்கவோ இழக்கவோ இயலாது. டால்ஸ்டாயுக்குப் பின் எழுத முற்பட்ட எந்த எழுத்தாளரும் ஏதாவது ஒரு வகையில் டால்ஸ்டாயால் பாதிக்கப்படாமல் இருந்தது கிடையாது. தருணம் கிடைத்தபோதெல்லாம் எல்லா எழுத்தாளர்களுமே டால்ஸ்டாயுக்கு அவர்கள் கடமைப்பட்டிருப்பதை உலகறிய ஒத்துக்கொண்டிருக்கிறார்கள். இது படைப்பு மரபில் முற்றிலும் மனிதாபிமான மரபு எனக் கூற முடியாத பிரிவினரால் கூட ஒப்புக்கொள்ளப்பட்டிருக்கிறது. ஹெமிங்வே ஓர் உதாரணம்.

ஒரு எழுத்தாளரின் சிறப்பு அவரைப் பின்பற்றி நிறையப் படைப்புகள் உண்டாவதில் மட்டும் இல்லை. நகல் அந்தரங்க மான புகழ்ச்சி என்பது உண்மைதான். ஆனால் மகத்தான எழுத்தாளரின் நகல் எனப்படும் படைப்புகள் பெரும்பாலும் மேலோட்டமாகவே முடிந்துவிடுகின்றன. மேலோட்டமான

அம்சங்களே நகலில் அதிகம் தோன்றுகிறது; உட்பொருந்திய சராம்சம் அல்ல. 'கோஸாக்ஸ்' எழுதிய நாளிலிருந்து அவருடைய இறுதிப்படைப்புகளான 'புனர்ஜன்மம்', 'நடனத்திற்குப் பிறகு' வரை டால்ஸ்டாய் எழுதியது எல்லாமே மிக எளிதானதாகத் தோற்றம் அளிப்பது. எல்லாமே நேரடியாக எழுதப்பட்டது. உணர்வுகள்கூட மிக நேரடித் தன்மையுடன் எழுதப்பட்டிருக்கின்றன. இந்த எளிமையும் நேரடித் தன்மையுமே டால்ஸ்டாயின் தனிக் குணங்களாக இருந்திருக்கின்றன. இதனாலே இளவயதினருக்கும் குழந்தைகளுக்கும் கூட டால்ஸ்டாய் புரிந்துகொள்ளக்கூடியவராக இருக்கிறார். ஆனால் இந்த எளிமை ஏமாற்றிவிடக்கூடிய எளிமை. இந்த எளிமையானவை அல்லது எளிதாகத் தோற்றம் தருபவை வாழ்க்கையின் சாராம்சத்தையும் வாழ்க்கையை உந்தித் தள்ளும் சக்திகள் பற்றியும் ஆழ்ந்த சிந்தனையை வலியுறுத்துவதாக உள்ளன. மனித சிந்தனைக்கு டால்ஸ்டாய் அளித்த மிக முக்கியமான செய்தி வாழ்க்கை ஏற்பு – வாழ்க்கையை ஏற்றுக் கொள்வதின் அடிப்படையில் வாழ்க்கையை ஆராய்வது. ஆனால் வாழ்க்கை என்பது ஜடத்தன்மை கொண்டதல்ல. அது தொடர்ந்து மாற்றமடைந்து கொண்டே இருப்பது. ஒரு கணமும் முந்தியதைப் போலில்லை. ஆதலால் வாழ்க்கையையும் அதை இயக்கிச் செல்லும் சக்திகளையும் பரிசீலித்து மறுபரிசீலனைக்கு உட்படுத்தியே ஆக வேண்டும். இந்த சக்திகள் தனிமனிதர்களை மட்டுமல்ல, அனைத்து மனித இனத்தையுமே ஆட்கொள்பவை. இதில் பெரியோர் எளியோர் என்றில்லாமல் ஒவ்வொரு மனிதப் பிறவியும் முக்கியமானதொரு அங்கமாகும். இது முதற்பார்வைக்கு மிக எளிதாகத் தோன்றுகிறது. நம்முடைய சொந்த, வரையறுக்கப்பட்ட வாழ்வில்கூட எல்லா மனிதர்களின் சமத்துவத்தை நம்மால் பூரணமாக உண்மையாக ஏற்க முடிகிறதா?

மனிதனின் கவனம் மீண்டும்மீண்டும் தொய்ந்து திருப்திப் பட்டுப் போவதையே டால்ஸ்டாயின் படைப்புகள் தொடர்ந்து தகர்த்த வண்ணமிருக்கின்றன. அவருடைய மனப்போக்கில் திருப்தியுற்று விடுவதற்கு இடமில்லை. மனித இனத்தில் எல்லாத் தீமைகளுக்கும் விடைகளைக் கண்டுவிட்டோம் என்று நாம் ஓய்வுகொள்ள முடியாது. எந்த விடையும் எல்லாக் காலத்துக்கும் உரிய விடையாக முடியாது. ஆதலால் ஒரு விதத்தில் வாழ்க்கை தொடர்ந்துகொண்டேயிருக்கும் ஒரு சமர்; தொடர்ந்து கொண்டே யிருக்கும் ஒரு புரட்சி.

தன்னுடைய நாவல்களில் டால்ஸ்டாய் எண்ணற்றவர்களைப் பற்றி எழுதினார்; அவருடைய மாபெரும் நாட்டையே தன் கவனத்துக்குள் இணைத்து எழுதினார்; அதே நேரத்தில்

மனிதனின் அந்தராத்மாவையும் மிகக் கூர்மையோடு கவனம் செலுத்தி எழுதினார். புற உலகம் மாறினால் மட்டும் போதும் என்றில்லை. மனிதன் அவனுள்ளேயே மாற்றம் அடைய வேண்டும். இவ்விதத்தில் அவர் தனிமனிதத் தத்துவத்தையும் சமூகத் தத்துவத்தையும் ஒருசேர இணைத்தவர். அவருடைய சமூகப் பார்வை எல்லா அம்சங்களையும் கொண்டதாகவோ தனித்தனியாகக் குறிப்பிடும்படியாகவோ இல்லாது போயிருக்க லாம். ஆனால் முக்கியமானது எதையும் அவர் தொடாமல் விட்டுவிடல்லை.

அக்டோபர் மாதம் காந்திஜியின் மாதமுமாகும். அதுவே வள்ளத்தோலுடையதும் டால்ஸ்டாயுடையதுமாக இருத்தல் மிகப் பொருத்தமானதே. நமக்குச் சாத்தியமான அடக்கத்துடன் இம்மூவருக்கும் அஞ்சலி செலுத்த நேரும் வாய்ப்பு மிக விசேஷ மானது.

இன்னொரு உரை

இரண்டு மூன்று மாதங்களாகவே எந்தப் பத்திரிகையைப் புரட்டினாலும் டால்ஸ்டாய். விரிவான கட்டுரைகளிலிருந்து சிறு துணுக்குகள் வரை இந்தியப் பத்திரிகைகளில் டால்ஸ்டாய் தோன்றிவிட்டார்! மாதப் பத்திரிகை, தினப்பத்திரிகை, இடதுசாரி, வலதுசாரி, நடுநிலை ஆகிய எல்லாவிதப் பத்திரிகைகளிலும். நாடெங்கும் நிறையக் கூட்டங்கள். சென்னையில் டால்ஸ்டாய் வாழ்க்கை பற்றி ஒரு நாடகம் கூடப் புதிதாக எழுதப்பட்டு மேடையேற்றப்பட்டிருக்கிறது. மகாத்மா காந்திக்கு டால்ஸ்டாய் ஓர் ஆதர்ச புருஷராக இருந்தார். இந்தத் தகவல் திரும்பத் திரும்பக் கூறப்பட்டிருக்கிறது. ஒரு விஷயம்: மகாத்மா காந்தியை ஓர் இலக்கிய ரசிகர் என்று கூற முடியாது. அவருடைய அக்கறைகளில் இலக்கியம், கலை முதலியவை இரண்டாம் பட்சமானவை. ஆனால் காந்தியை ஒரு சில இலக்கியப் படைப்புகள் தீவிரமாகப் பாதித்திருக்கின்றன. அவருக்கு டால்ஸ்டாய் எவ்வளவு ஆதரிசமோ அந்த அளவு தோரோவும் ஆதரிச புருஷர். *'Civil Disobedience'* என்ற பதமே மகாத்மா காந்தி தோரோவிடமிருந்துதான் பெற்றார். அப்புறம் இராமாயணம், பைபிள். தாமஸ் சாட்டர்டன் என்னும் ஆங்கிலக் கவிஞர் எழுதிய *'Hound of Heaven.'* இதெல்லாம் கூறினாலும் மகாத்மா காந்தியை ஓர் இலக்கிய ரசிகராகக் கொள்ள முடியாது. டால்ஸ்டாயை மத, ஆன்மீக சமூக சீர்திருத்தக் கொள்கைகளுக்காகவே மகாத்மா குருவாக மதித்தார் என்று கொள்வதுதான் சரியாகும்.

ஆனால் டால்ஸ்டாயைப்பற்றி இன்னும் ஐம்பதாண்டுகள் கழித்துப் பேசுவதானால் அவருடைய சீர்திருத்தக் கருத்துக்களுக் காகவோ இறையுறவு முறைகளுக்காகவோ யாரும் நினைவுகூற மாட்டார்கள். அவர் விட்டுப் போயிருக்கும் இலக்கியப் படைப்புகளுக்காகத்தான் இருக்கும். ஆனால்... ஒரு தயக்கம்.

சென்ற மாதம் நான் இன்னொரு டால்ஸ்டாய் கூட்டத்திற்குச் செல்ல நேர்ந்தது. அது டால்ஸ்டாய் மட்டும் அல்ல; மலையாளக் கவிஞர் வள்ளத்தோலின் நூற்றாண்டு விழாவும் ஆகும். நிறைய வெளிநாட்டுப் பிரதிநிதிகள். இவர்கள் இந்தியாவில் நடந்த உலக சமாதானக் குழு மாநாட்டுக்கு வந்தவர்கள். சோவியத் யூனியன், பல்கேரியா, ஸ்விட்சர்லாந்து, போலந்து, இத்தாலி, மெக்சிகோ, கியூபா, சிலி, அமெரிக்கா ஆகிய நாடுகளிலிருந்து பிரதிநிதிகள். இடதுசாரிகள். யூனியன் தலைவர்கள். ஆனால் அவர்களுக்கு வேறு ஹோட்டல், எங்களுக்கு வேறு தங்குமிடம். சமாதான மாநாட்டோடு அப்படியே வள்ளத்தோல் நூற்றாண்டு விழாவிலும் கலந்துகொள்ள அழைக்கப்பட்டவர்கள். இலக்கியம் இவர்களுடைய விசேஷ ஈடுபாடு கிடையாது. இவர்கள் எல்லாரும் பல சந்தர்ப்பங்களில் அந்த இரண்டு நாட்களில் அவர்களுக்குக் கிடைத்த தகவல்களை வைத்துக்கொண்டு வள்ளத்தோலைப் பற்றி மேடையில் பல சந்தர்ப்பங்களில் பேசினார்கள். ஆனால் டால்ஸ்டாயுக்காக ஓர் அமர்வு நடந்தபோது அதில் பேசியவர்கள் அநேகமாக இந்தியர்கள்தான். டால்ஸ்டாய் – காந்தி கடிதப் போக்குவரத்து, காந்தி தென்னாப்பிரிக்காவில் நடத்திய ஆசிரமத்தை 'டால்ஸ்டாய் பண்ணை' என்று பெயரிட்டது, இதெல்லாம் பற்றிப் பேசினார்கள். ஒரே ஒரு அயல் நாட்டினர் – கிழக்கு ஜெர்மனியைச் சேர்ந்தவர் – சிறிது சுருதி மாறிப் பேசினார். டால்ஸ்டாயைப் படிப்பவர்கள், டால்ஸ்டாயை இலட்சியவாதியாகக் கொள்கிறவர்கள் குறைந்து வருகிறார்கள்; இந்தத் தலைமுறையில் பலர் அவருடைய ஒரு படைப்பைக் கூடப் படித்தது கிடையாது; படிப்பது தேவையற்றது, தற்காலத்திற்குப் பொருத்தமற்றது என்றுகூடக் கருதுகிறார்களோ என்ற ஐயம் இருக்கிறது – இப்படிக் கூறிவிட்டு அந்தக் கிழக்கு ஜெர்மானியர் தானும் அப்படிச் சந்தேகப்படுவதாகக் கூறினார். அவருக்கு அடுத்தபடியாக நான் பேச வேண்டியது. நான் முன்பே கட்டுரை தயாராக எழுதி வைத்திருந்தேன். மையப் பொருள், டால்ஸ்டாயின் ஆன்மிகப் பயணம். அந்தக் கிழக்கு ஜெர்மானியர் பேசியதைக் கேட்டவுடன் என் கட்டுரையைப் படிப்பதற்கு முன்னர் அவருக்கு மறுப்புக் கூறினேன். இப்போது யோசித்துப் பார்க்கும்போது நான் சிறிது உணர்ச்சிவசப்பட்டு விட்டேனோ

என்று தோன்றுகிறது. இன்றைய உலகில் எவ்வளவு பேர் டால்ஸ்டாயை விரும்பிப் படிப்பார்கள்? எனக்கும் இது ஒரு நியாயமான சந்தேகமாகப்படுகிறது. இன்றைய உலக நிலவரத்தில் டால்ஸ்டாயுக்கு எவ்வளவு பொருத்தம் இருக்கிறது? இதோ இந்தக் கூட்டத்திலேயே எவ்வளவு பேர்கள் டால்ஸ்டாயை விரும்பியும் பரவலாகவும் படித்திருப்பார்கள்?

டால்ஸ்டாயை நமது நாட்டில் படித்தவர்களெல்லாம் அநேகமாக ஆங்கில மொழிபெயர்ப்பில்தான் படித்திருக்க வேண்டும். மொழிபெயர்ப்பு மூலமொழியளவு உயர்ந்திருக்க முடியாது. எனினும் டால்ஸ்டாயைப் பொறுத்தவரையில் அவர் காலத்திலேயே அவருக்கு மிகச் சிறந்த ஆங்கில மொழிபெயர்ப் பாளர்கள் கிடைத்தார்கள். டால்ஸ்டாயை நாம் மொழிபெயர்ப்பு மூலமே அறிவோமாயினும் அவருடைய நடை விசேஷ நயம் கொண்டதாக இருந்திருக்க முடியாது. டால்ஸ்டாய் முழுக்கமுழுக்க உரைநடைக்காரர். மொழி மட்டுமன்றி வேறு முறைகளிலும் அவர் தம் நடைக்குச் சிறப்புச் சேர்க்க முயலவில்லை. அதாவது வேறு இலக்கிய புராண அல்லது ஐதீக வடிவங்கள், உருவகங்கள், படிமங்கள் மூலம் சிறப்புச் சேர்க்க முயலவில்லை. நேரடியாகக் கதைசொல்லி, கதையின் கருப்பொருளின் வலிமை ஒன்றை மட்டுமே அவர் பொருட்டாகக் கருதினார். கருப்பொருள் என்பதைவிட அடிநாதம் அல்லது ஆதார சுருதி என்றும் வைத்துக்கொள்ளலாம். அது என்ன? அன்பு, தெய்வநம்பிக்கை, மனிதாபிமானம் இவை எல்லாவற்றைக் காட்டிலும் நெறியுடன் வாழ்வதைத்தான் முக்கியமானதாகக் கருதினார்.

இன்றைய பத்திரிகைகளை எடுத்துக்கொள்வோம். எம்மொழியாயினும் சரி. இலக்கியப் பத்திரிகைகள் என்று பெயரிட்டுக் கொள்பவைகள் மட்டுமல்ல; வெகுஜனப் பத்திரிகைகளையும் கவனத்திற்கு உட்படுத்துங்கள். கதை, கவிதை முதலிய படைப்பிலக்கியம் மட்டுமல்ல. செய்திகளையும் செய்திக் கட்டுரைகளையும் பாருங்கள். நம் அரசியல் தலைவர்கள், அவர்கள் குடும்பத்தினர் பற்றி வரும் தகவல்கள் எல்லாவற்றையும். இந்த தீபாவளியன்று வெளியான பன்னிரண்டு படங்களில் இரண்டு மூன்றைத் தவிர மற்றதெல்லாம் எப்படிப்பட்ட கதைகளைக் கொண்டிருக்கின்றன என்று படித்தால் எல்லாவற்றிலும் ஒரு குறிப்பிட்ட தன்மை தெரியும். ஒரு ஞாயிற்றுக்கிழமை சென்னையில் 'போர்வை போர்த்திய உடல்கள்' என்ற நாடகம் நடிக்கப்பட்டது. அதன் நாயக நாயகியர் அனைவரும் இன்றைய திரைப்பட, பத்திரிகைக் கதை நாயக நாயகியரிடமிருந்து இந்தத் தன்மையில், அதாவது நெறியைத் தன்மானமாக எண்ணத் தேவையில்லை

என்னும் தன்மையில், அதிகம் வேறுபட்டவர்களல்லர். இந்த நாடகம் நான் அறிந்தவரையில் அன்று ஒரு பொழுதுபோக்கு என்ற அளவில்தான் பாதிப்பு ஏற்படுத்தியது. யாரையும் தீவிரச் சுயசிந்தனைக்கு – அல்லது ஆத்மப் பரிசோதனைக்கு உட்படுத்தச் செய்ததாகத் தெரியவில்லை. இது உங்களுக்கு எப்படித் தெரியும் என்று கேட்கலாம். எந்த நிகழ்ச்சியும் அது நிகழ்ந்த பிறகு ஒரு சூழ்நிலையை விட்டுச் செல்லும். இந்த நாடகம் ஒரு சமூக விமரிசன நாடகம். ஆனால் நாடகம் நடக்கும்போது கூச்சத்தையும் வெட்கத்தையும் உண்டு பண்ணவேண்டிய வரிகள் சிரிப்பைத்தான் எழுப்பின. இதெல்லாவற்றையும் சேர்த்து வைத்து நினைத்துப் பார்க்கும்போது நெறியான வாழ்க்கையை வலியுறுத்துவதே முக்கியக் கருப்பொருளாகக் கொண்ட டால்ஸ்டாயின் படைப்புகளுக்குக் கிழக்கு ஜெர்மனி என்ன, நமது நாட்டிலேயே செல்வாக்கு இருக்குமா என்றுதான் எண்ணத் தோன்றுகிறது. இங்கு இன்னொன்றும் கூற வேண்டும். டால்ஸ்டாய் படைப்புகளில் நகைச்சுவை கிடையாது.

நெறிக்கும் மதிப்பீடுகளுக்கும் நெருங்கிய தொடர்புண்டு. டால்ஸ்டாய் காலத்திய மதிப்பீடுகள் எல்லாம் இன்று நம்மிடையே செல்வாக்கு பெற்றிருப்பதாகக் கூற முடியாது. சாதாரண மக்களின் அன்றாட வாழ்க்கையில் கூட இந்த மதிப்பீடுகள் பெரிதும் மாறியிருக்கின்றன. இந்தச் சாதாரண மக்களின் உள்ளப்போக்கை அனுசரித்துச் செல்வதுதான் வெகுஜனத் தகவல் சாதனங்களாகிய பத்திகைகளும் சினிமாவும். இன்றைய பத்திரிகைகளையும் சினிமாவையும் பற்றித்தான் முன்பே பார்த்தோம். எனக்குக் கூட இனி வரப்போகும் நாட்களில் டால்ஸ்டாயுக்கு வாய்ப்புகள் அதிகம் இருக்கும் என்று தோன்றவில்லை. அதாவது, டால்ஸ்டாய் பரவலாக, வெகுன மதிப்பு பெற்ற பெயராக இருக்காது. அவர்பற்றி ஒரு *academic* கவனம் மட்டும் இருந்துவரும். சில எழுத்தாளர்கள் அவரைப் படிக்கக்கூடும். டால்ஸ்டாயைப் படிப்பது அவ்வளவு எளிதல்ல. மக்கள் கவனத்திலிருந்து அவர் விலகிப் போவதற்கு அதுவும் ஒரு காரணமாயிருக்கும். அவருடைய உருவப் படங்கள் இருக்கும் ரஷ்யாவில் அவருடைய யாஸ்னாயா போல்யானா வீடு ஒரு பார்வைக் கூடமாக இருக்கும்.

டால்ஸ்டாயின் படைப்புகளை ஆதாரமாகக் கொண்டு எடுக்கப்பட்ட திரைப்படங்கள் இன்னும் சிறிது நாட்களுக்கு அவருடைய நினைவை நீடித்து வைக்கச் செய்யலாம். அட்லாண்டிக் மாகடலின் இருபுறங்களிலிருந்தும் அவர் படைப்புகளைத் திரைப்படங்களாக எடுத்து வெளியிடப்பட்ட போதிலும்.

திரைப்படங்களாக அவை சாதாரண பெரும்பான்மையான பார்வையாளர் மத்தியில் பெரும் ஆதரவு பெறவில்லை.

டால்ஸ்டாயின் புத்தகங்களைப் படிப்பவர்களும் குறைந்து வருகிறார்கள். அவருடைய நாவல்களைச் சினிமாப்பட உருவத்தில் பார்க்க வருபவர்களும் குறைவு. இதெல்லாம் வருத்தத்துடன் கூறுகிறேன் . . .

இந்த இரு உரைகளையும் சேர்த்துப் படித்தபோது அவனுக்குச் சிரிப்பாக வந்தது. சிரித்து முடித்தபோது வருத்தமாகவும் இருந்தது.

2
ஒரு மனிதனுக்கு வேண்டிய நிலம் எவ்வளவு?

இந்த இரயில் அவன் செல்லுமிடத்தைத் தாண்டிப் போய்விட முடியாது. அதுதான் இறுதி நிலையம். புதுடில்லி.

இரயில் மூன்று மணி நேரம் தாமதமாகப் போய்ச் சேர்ந்திருந்தது. இரயிலிலேயே ஒரு சமையலறை இருந்த காரணத்தாலும், அது ஒரு பெருமைக்குரிய இரயிலெனக் கருதப்பட்டதாலும் நடு வழியில் நிற்காது. ஆனால் இது இரண்டாம் நாள் பகல் உணவுக்கு ஏற்பாடில்லாதது. புதுடில்லிக்கு உரிய நேரத்திற்குச் சென்றிருந்தால் நிலையத்தில் இறங்கிய உடனே சாப்பாடை முடித்திருக்கலாம். ஆனால் மாலை நான்கு மணிக்குச் சாப்பாடு என்று என்ன கிடைக்கும்?

பகல் சாப்பாடு போயிற்று. அவன் தங்க வேண்டிய இடம் ஆட்டோரிக்‌ஷாக்காரனுக்குத் தெரியவில்லை, அவன் சுற்றிச்சுற்றி வந்தான். பல இடங்களில் வண்டியை நிறுத்தி ஆட்டோரிக்‌ஷாக்காரன் விசாரிப்பான். அந்தத் தெருப் பெயரை முழுமையாக ஆட்டோரிக்‌ஷாக்காரன் சொல்ல முடியாததால் இவனே கேட்பான். "தீன்தயாள் உபத்தியாயா மார்க்?"

"தெரியாது." மீண்டும் ஆட்டோரிக்‌ஷா கிளம்பி இன்னொரு திசையில் அரை மைல் சென்று நிற்கும்.

"தீன் தயாள் மார்க்?"

"தீன் மூர்த்தி மார்க்?"

"நை, நை, தீன் தயாள் மார்க்."

"தீன் தயாள் மார்க்?"

“நை, நை, தீன் தயாள் உபாத்யாயா மார்க்.”

இங்கும் தெரியாது. மனிதர்கள் இவ்வளவு நீளமான பெயர்களை வைத்துக்கொள்ளக் கூடாது. அப்படி யாராவது வைத்திருந்தாலும் அவர்கள் பெயரைத் தெருக்களுக்கு வைக்கக் கூடாது. தீன் தயாள் உபத்யாயா மார்க். மொத்தம் ஆறு நெடில். மூன்றாவதற்கு வரும்போதே கேட்பவனுக்குக் கொட்டாவி வந்துவிடும். கொட்டாவி தூக்கம் வருவதற்கு அறிகுறி. ‘போதும்ப்பா என்னை இதோட விடு’ என்று சொல்வதற்கு இணை. உடலுக்குப் பிராண வாயு தேவைப்படுகிறது. கொட்டாவி விட்டால் இருக்கும் பிராண வாயு வெளியேறி போய்விடும் போலிருக்கிறதே? தீன் தயாள் உபாத்யாயா மார்க்.

இப்போது தெருப் பெயரை விட்டு இடத்தின் பெயரைச் சொல்லி விசாரித்தான். காந்தி பீஸ் ஃபவுண்டேஷன். இந்த இடத்தில்தான் 1975ஆம் ஆண்டில் ஜெயபிரகாஷ் நாராயணன் கைது செய்யப்பட்டார். காந்தி பீஸ் ஃபவுண்டேஷன் பிரயோசனமில்லை.

ஓரிடத்தில் வண்டியை நிறுத்தி ஒரு மருந்துக்கடைக்குச் சென்று கும்பல் நடுவில் கெஞ்சிக் கூத்தாடிப் புதுடில்லி டெலிபோன் டைரக்டரியை வாங்கிப் பார்த்தான். அதிலும் தீன் தயாள் உபாத்யாயா மார்க். அந்த மருந்துக் கடையிலும் தீன் தயாள் உபாத்யாயா மார்க் பற்றித் தெரியாது.

வெளியே வந்து மீண்டும் அந்த ஆட்டோரிக்ஷாவில் சுற்றும் போதுதான் மருந்துக் கடையிலிருந்தே டெலிபோன் செய்து அந்த இடம் எங்கு இருக்கிறது என்று விசாரித்திருக்கலாமே என்று தோன்றிற்று. இப்போது தீன்தயாள் உபாத்யாயா மார்க்குக் மார்க்கம் தெரிந்துவிட்டது. சுருக்கமாக முன்பு ரோஸ் அவென்யூ என்றிருந்த பெயர்தான் இப்போது நீட்டி வைக்கப்பட்டிருக்கிறது. பெயர் மாற்றம் இந்தியாவெங்கும் பரவியிருக்கிறது.

பாவம், தீன்தயாள் உபாத்யாயா. அவர் ஒரு இரயில் பயணத்தில் இரயிலிலிருந்து கீழே விழுந்து இறந்து போய்விட்டார். அது கொலையா, தற்கொலையா, விபத்தா? பாத்ரூம் கதவு என்று வண்டிக் கதவைத் திறந்து கீழே விழுந்திருக்க முடியுமா? இரயிலில் பாத்ரூம் கதவும் வண்டிக்கதவும் மாறாட்டம் நேரும்படியாகவா இருக்கின்றன? என்ன அசந்தர்ப்பமான, பயங்கரமான மரணம்? மரணமே பயமெழுப்புவது, நல்ல முழுப் பிரக்ஞையுடன் உற்றார் உறவினர் வேண்டியவர்கள் சூழ்ந்து இருக்கும்போது நிகழும்போதுகூடப் பயமெழுப்புவது. ஆனால் இப்படி யாரும் எதிர்பார்க்கவும் துணியாத முறையில் தீர்ந்துபோன நெருப்புப்

பெட்டி தூர எறியப்படுவதுபோல உயிருடன் ஒரு மனிதன் தூர எறியப்பட்டு உயிரை இழப்பது எவ்வளவு கொடுமை! மரணம் தரையில்தான் நிகழ்கிறது. மரணம் நேர்ந்தபின் அந்த மனிதனின் உடல் தரையில்தான் கிடக்கிறது. ஆனால் அந்த மனிதன் – அந்த உடலை மனிதன் என்று அடையாளம் கண்டு கொள்ளச் செய்வது எதுவோ அது – எங்கு போகிறது?

டால்ஸ்டாயும் இப்படித்தான் ஒரு இரயில் பயணத்தில் உயிரை விட்டார். சிலருடைய இரயில் பயணங்கள் தரையில் முடிவதில்லை.

அவன் அதற்கடுத்த நாள் காலையில் உயிருடன் உயிரற்றவராக எங்கோ ஒரு தபால் முகவரியில் வாழ்பவரைச் சந்திக்க ஆயத்தம் செய்துகொள்ள ஆரம்பித்தான்.

காலத்தின் நீளம்

யாருக்கு நினைவிருக்குமோ என்னவோ
மவுண்ட் ரோடு பச்சை சிவப்பாக
மாறும் விளக்கில்லாத
மவுண்ட் ரோடாக இருந்த காலமது.
நடுத்தெரு போலிஸ்காரனுக்கு
இருட்டில் விளக்கே தொப்பி
அவனும் எட்டு மணிக்குப்
போய் விடுவான். விளக்குத் தொப்பி
மட்டும் இருக்கும் இன்னும் சிறிது நேரம்
நான் சைக்கிளில்,
நடுத் தெருவில்
எதிரே வெகுவேகமாக லாரி ஒன்று.
அதுவும் நடுத் தெருவில். எனக்கு
என்னென்ன மனச்சுமைகள்
என்னென்ன மனச்சுமைகள்
தக்க தருணத்தில் சைக்கிளைச்
சிறிது ஒடித்துச்

சுமை தாங்கி வரும் அந்த லாரியில்
மோதினால்
இருட்டில் யாருமில்லா அந்தத்
தார்ப்பரப்பில்
யாருக்குத் தெரியும்?
யாருக்குத் தெரிந்தாலென்ன? பின்
எனக்குத் தெரியாதே –
அந்த ஒரு கணத்தில் –
கணமா? அது கணத்தில்
ஐந்தில் பத்தில் நூறில் ஆயிரத்தில்
ஒரு பங்குதானிருக்கும்
அந்தக் கால அணுவில்
என்னை சைக்கிளை
ஒடித்துப் போகாமலிருக்க
எது செய்தது?
எது செய்ததோ அந்தக் கால
அணு இப்போது இருபது
ஆண்டுக்கும் மேல் நீண்டுவிட்டது.
இன்னும் நீண்டு கொண்டேயிருக்கும் –
நான் இருக்கும் வரை.
நானிருக்கும் வரை காலமே அணு.

○

டில்லியில் இருட்டு நீங்காத அந்த ஜனவரி மாதக் காலைப் போதில் பல் விளக்க முடியவில்லை. தலைமுறைகளுக்குச் சாசுவதமாக நிற்கப் போவது போன்ற அந்தக் கட்டிடத்தின் குளியலறையில் தண்ணீர் உருகிய பனிக்கட்டியாக இருக்கிறது. அந்தக் குளியலறையிலும் நான்கு குழாய்கள். அத்தனையிலும் தண்ணீரைக் கையால் தொட முடியவில்லை.

ஒரு சுவரில் குட்டி யமதூதன்போல ஒரு மின்சார ஜீசர் பதித்து வைக்கப்பட்டிருக்கிறது. இதை இயக்குவது எப்படி?

அது புதிதாக இருந்த நாளில் அதை இயக்குவது எப்படி என்று எழுதி வைத்திருந்த பலகை தெளிவாக இருந்திருக்கும். ஆனால் தலைமுறைகளுக்குச் சாசுவதமாக இருக்க வேண்டிய அந்தக் கட்டிடத்தின் மின்சார சாதனம் தூசு படிந்து துருப்பிடித்து பலமுறை பழுது பார்க்கப்பட்ட அடையாளங்களுடன் பதுங்கியிருக்கும் விஷப்பாம்பு போலக் காட்சியளித்தது. பதினைந்து வயது நிரம்பாத ஒரு பெண் இம்மாதிரியான ஒரு சாதனத்தால் மின்சாரம் பாய்ந்து உடல் கறுத்துக் கை கால் முகம் கோணிப் போய்க் கட்டிய ஒரு சிறு துணியுடன் பிணமாகக் குளியலறையில் கிடந்தாள். அவளுக்குக் கால அணு கருணை காட்டவில்லை. சிதம்பரத்தில் அவனுக்குத் தெரிந்தவர் ஒருவரின் மகன் பங்களூரில் இப்படித்தான் குளியலறையில் விழுந்து கிடந்தான். தூங்கிக்கொண்டிருந்த அவன் மனைவியைத் தொந்தரவு செய்யாமல் குளித்து வேலைக்குப் போகக் கிளம்பியவன் குளியலறையைத் தாண்டிப் போக முடியவில்லை. அவனுக்குத் தண்ணீரில் கண்டம். ஐந்தடி நீள அகலம்கூட இல்லாத குளியலயையில் ஒரு வாளித் தண்ணீரில் சாவு. தீன்தயாள் உபாத்யாயா கூட அவருடைய சாவு பாத்ரூமிலிருந்து என்று எண்ணியிருப்பாரா அந்தக் கணப்போதில்? அந்தக் கணப்போதில் என்ன தோன்றியிருக்கும்? திடீரென்று மூஞ்சியில் குளிர் காற்று. குளிரும் போது காற்றும் தண்ணீர் மாதிரிதான் இருக்கிறது. அப்போதில் மனிதனுக்கு இறக்கைகள் முளைத்துவிடக் கூடாதா? மனிதனுக்கு மட்டும் இறக்கைகள் இருந்துவிட்டால் தரையில் ஏன் வாழ வேண்டும்? பூமியை முழுக்கமுழுக்கப் பாம்பு புலிகளுக்கு ஒழித்துக் கொடுத்துவிடலாம். தீன்தயாள் உபாத்யாயாவுக்கு இறக்கைகள் முளைக்கவில்லை. அவர் மண்ணில் மோதிப் பிணமாகக் கிடந்தார். அவர் அந்த மண்ணை வெறும் மண்ணென அழைக்கமாட்டார். பாரத மண். இந்த மண் பாரத மக்களுக்கே உரியது. பாரத மக்களென்பவர் யாவர்? சரித்திரத்தைப் புரட்டிப் பாருங்கள். இப்போது இங்கு யார் யாரோ உரிமை கொண்டாடுவதோடு பாரத மக்களின் தலை விதியை அவர்களுக்குத் தோன்றியபடி கிறுக்கித் திருத்தி எழுதுகிறார்கள். நீ இரண்டாவது மணம் புரிந்துகொண்டால் சிறைக்குப் போவாய். மூன்றாவது குழந்தைப் பெற்றுக்கொண்டால் உன் வேலை போய் நீங்கள் எல்லாரும் நடுத்தெருவில் நிற்க வேண்டும். உன் பணம் உன் சொத்து உன்னிஷ்டம் போல் விநியோகிப்பதற்கு அல்ல. உன் மூதாதையரை மதித்துத் தொழுகிறாயா, நீ பிற்போக்குவாதி. நீ மாற்றப்பட வேண்டியவன். உன் வீடுகளையும் ஸ்தாபனங்களையும் புனித ஸ்தலங்களையும் கோயில்களையும் மரபையும் சம்பிரதாயங்களையும் நான் எப்படியும் எதுவும் செய்வேன். இந்த தேசத்திற்கு மதச்சார்பு

கிடையாது. அதாவது உன் மதத்தின் பேரில் சார்பு கிடையாது. ஜெய் ஹிந்த்!

அவன் தண்ணீரைத் தொடாமல் அந்தக் கட்டிடத்துக்கு வெளியே வந்தான். பனி அருவியாக இறங்கிக்கொண்டிருந்தது. சில கட்டிட விளக்குகள் தவிர அந்தத் தெரு பனிச்சாம்பல் பூர்த்த கரிய நிறத்தில் உருவ நிர்ணயமற்ற அரக்கன் மல்லாந்து படுத்திருப்பதுபோல இருந்தது. தெருவோரத்தில் அந்தக் குளிரும் பனியும் மிகுந்திருந்த அதிகாலை நேரத்திலும் ஒரு கரியடுப்புப் புகைவது தெரிந்தது.

ஒரு மேஜையளவு பரப்பில் ஒரு மேஜையுயரத்திற்குக் குடிசை. அதற்கெதிரேதான் அந்தப் புகைச்சல் சாசுவாதச் சின்னங்களாக எழுப்பப்பட்ட மாளிகைகள் நிறைந்த அந்தத் தெருவிலேயே எது சாசுவதம் என்று சந்தேகம் எழும்பும்படியாக அந்தக் குடிசை. அந்தக் குடிசையைச் சார்ந்தவர்கள் சிலர் குடிசையில் இடம் போதாமல் வெட்ட வெளியில் அந்தப் புகையும் அடுப்புக்கருகில் சுருண்டு படுத்திருந்தார்கள். உடல் விரைத்துப் போகும் அந்தக் குளிரிலும் பனியிலும் நைந்த கம்பளங்களையும் ரஜாய்களையும் நம்பி இரவை வெட்டவெளியில் காலம் கழிக்கிறார்கள். அந்தக் கம்பளச் சுருள்களுக்குள் அவர்கள் இறந்து கிடக்கவும் கூடும். இயற்கையால் இயற்கை எய்திருப்பார்கள். தீன்தயாள் உபாத்யாயாவின் மரணமாவது இரு தினங்களுக்குப் பிறகு அறிவிக்கப்பட்டது. இப்படி இருக்க இடமில்லாமல் குளிரிலிருந்து பாதுகாத்துக்கொள்ள வசதில்லாமல் இறந்து கொண்டிருப்பவர்கள் பற்றி என்ன அறிவிப்பு இருக்கும்? 'வட இந்தியாவில் குளிர் அலை. இருவர் சாவு.'

இன்னும் கொஞ்சம் கூர்ந்து பார்த்தால் அந்தத் தெரு விலாசத்தில் தார்ப்பரப்புக்கும் பங்களா வெளிச்சுவர்களுக்கும் இடையிலுள்ள இடைவெளியில் அங்கங்கே இப்படிக் குடிசைகளும் மனிதச் சுருள்களும் பல தெரிகின்றன. ஒரு பங்களாவாசி நீண்ட கம்பளிக் கோட்டும் கழுத்தில் மப்ளரும், தலையில் குல்லாயுமாக, கேட்டைத் திறந்துகொண்டு வெளியே வந்து நிற்கிறான்.

அந்தக் குடிசை முன்பு புகையும் அடுப்பின் புகையும் மூச்சையடக்குகிறது. அவர்கள் இரயில் கரியை எரிக்கிறார்கள். அது இலேசில் பற்றாது. பற்றிக் கொண்டால் நெடுநேரம் எரியும். அந்தச் சூட்டில் ஆலைகள் இயங்கலாம். இரயில்கள் ஓடலாம். சென்னை நகரம் முழுக்க மின்சாரத்தால் விளக்கேற்றலாம். ஆனால் சமையல் செய்தால் பாத்திரங்கள் சீக்கிரம் ஓட்டையாகி விடும். அதையும் பொருட்படுத்தாமல் சுமார் பன்னிரண்டு

பதின்மூன்று வயதிருக்கும் சோனிப் பெண் அவள் போர்த்தியிருந்த கந்தல் கம்பளத்திலிருந்து நீட்டியிருந்த இரு குச்சிக் கைகளால் ஒரு பிடியிழந்த அலுமினியப் பாத்திரத்தில் சிறிது தண்ணீர் மொண்டு வந்து அடுப்பின்மீது வைத்தாள். அது கொதிக்கவிருக்கும் தருணத்தில் அந்தக் குடிசைக்காரன் ஒருவன் ஒரு தம்ளர் பாலை அப் பாத்திரத்தில் விட்டுச் சிறிது தேயிலை தூளையும் போட்டான். கொதிக்கத் தொடங்கிய தேநீரை வடிகட்டிச் சர்க்கரை சேர்த்து அந்த நீண்ட கோட்டணிந்தவனுக்குத் தந்தான். அந்தப் பங்களாவிலிருந்து அந்தச் சோனிப் பெண் ஒரு மண் கூஜாவில் தண்ணீர் பிடித்து வந்தாள். அந்தக் குளிரைப் பொருட்படுத்தாது தண்ணீர் கொண்டுவர அவள் கைகளும் மண்ணாகத்தான் இருக்க வேண்டும்.

○

எல்லா இடங்களுமே பொழுது விடியும்போது அழகாகத்தான் இருக்கின்றன. புதுடில்லியும்கூட. சந்தேகமும் பயமும் முந்திய நாள் நினைவுகளும் பசியும் தாகமும் குளிரும் உடலையும் மனதையும் வருத்தும் போதுகூட இந்த அழகைக் காணாமல் இருக்க முடியவில்லை.

குளிரும் பனியும் காதைத் தாக்கும்போது காதில் தானாகவே ஓர் ஒலி எழும்புகிறது. மெல்லிய தீர்க்கமான ஒலி. சுருதி சுத்தமான ஒலி. அதிக ஜன நடமாட்டமற்ற சாலையில் ஆட்டோரிக்ஷா விரைவதற்காக நேர்கோடு கிடைக்கும்போது இந்தச் சுருதி வண்டி விசையின் ஒலியோடு சேர்ந்து அபூர்வ சங்கீதமாக மாறுகிறது. திருப்பங்களிலும் சாலைக் குறுக்கு வெட்டுகள் நேருமிடங்களிலும் இந்த ஒலி, மாற்றம் அடையும்போது அவை அந்த சங்கீதத்தின் சங்கதிகளாக ஒலிக்கின்றன. இது பாபா கரக்சிங்மார்க் வந்ததும் மாறப்போகிறது. முடியப் போகிறது.

இந்த ஆட்டோரிக்ஷாக்களுக்கு மட்டும் எப்படி இந்த இடம் சந்தேகமில்லாமல் தெரிகிறது? அவ்வளவிற்கும் பெயரையே தவறாகச் சொல்லியிருக்கிறான். இவனுக்கு அந்த முகவரியைத் தந்தவர்களே அந்தச் சாலையின் பெயரைத் தவறாக எழுதித் தந்திருக்கிறார்கள். ஆனால் அந்த அழகான சாலையில் நரைத்த தாடியும் சிகையும் உள்ள அந்த ஆட்டோரிக்ஷாக்காரனுக்கு அந்தத் தவறான முகவரியும் சரியாகப் புரிந்துகொள்ள முடிகிறது. தமிழ் இந்த விதத்தில் குரூரமான மொழி. தொழிலைக் கொண்டு ஒருவனைக் குறிக்கும்போது விகுதி பாரபட்சம் காண்பிக்கிறது. இல்லாது போனால் இவனை ஆட்டோரிக்ஷாக்காரனாகக் குறிக்க முடியாது.

பாபா கரக்சிங்மார்க் வந்தாயிற்று. இப்போது கட்டிட எண்ணைக்கொண்டு, தான் செல்ல வேண்டிய இடத்தைத் தேட வேண்டும். விடுதலை வீரர்கள் விடுதி எங்கே?

இதிலும் ஒரு விநோதம். விடுதியில் வீரர்கள். அதுவும் விடுதலை வீரர்கள். உண்மையில் அந்த விடுதி அதிலிருப்பவர்களுக்கு இறுதிப் போக்கிடம்.

அந்த இடத்தையும் கண்டுபிடித்து விட்டாயிற்று. விசாலமான பகட்டான நவீனக் கட்டிடங்கள் நாற்புறமும் காணப்படுகையில் இந்த விடுதி மட்டும் புதர்களும் தன்னிச்சையாக வளர்ந்த செடி கொடிகளுக்கும் மத்தியில் ஒரு பழைய கட்டிடம். ஒரு வேளை இந்த நூற்றாண்டின் ஆரம்பத்தில் அது கட்டப்பட்டபோது ஓர் அரசனுக்குரிய வாசஸ்தலமாக அது இருந்திருக்கக் கூடும். குதிரைகள், கோச்வண்டிகள், தோட்டக்காரர்கள், வேலைக்காரர்கள் அந்த மாளிகையைச் சார்ந்து அந்த இடத்தைக் கவர்ச்சி மிக்கதானதொரு இடமாகச் செய்திருக்கக்கூடும். ஆனால் இப்போது பல ஆண்டுகள் கவனமின்மை எங்கும் உதிர்ந்து விழும் நிலையில் காணக்கிடைக்க, அந்தக் கட்டிடமே இறுதி விடுதலைக்காகக் காத்திருப்பது போலிருந்தது.

அந்த ஆட்டோரிக்ஷாக்காரனுக்கு அவன் மனப்பூர்வமாக நன்றி தெரிவித்தான். விரைத்துப் போகும் குளிரில் தண்ணீர் சுமந்து வந்த பன்னிரண்டு வயது சோனிப் பெண்ணின் முகம் அந்த வயதான வண்டியோட்டியின் முகத்திலிருந்து அதிகம் மாறுபட்டதாகத் தெரியவில்லை.

அந்தப் பழைய கட்டிடத்திற்குப் பொருத்தமான மேஜை நாற்காலிகள். அங்கு தொங்கிக்கொண்டிருந்த செய்திப் பலகைகள் கூடப் புராதனமானவை. ஒரு பலகையில் அந்த விடுதியில் தங்கியிருந்த விடுதலை வீரர்களின் பெயர்கள் எழுதப்பட்டிருந்தன. தேச விடுதலை என்பது நிகழ்ந்து முப்பதாண்டுகள் நிரம்பப் போகிறது. அந்த விடுதியில் வேறு போக்கிடமின்றித் தங்கியாக வேண்டும் என்று விதிக்கப்பட்டவர்கள் இன்னும் பெயர்களைத் தாங்கிக்கொண்டு இருந்தார்கள். மொத்தம் ஏழு பேர். நடுநடுவில் பெயர்கள் அழிக்கப்பட்டு அடிக்கப்பட்டு இருந்தன. அவர்கள் இறுதி விடுதலை அடைந்து விட்டிருக்க வேண்டும். இன்னும் மிகுதி இருந்தவர்கள் ஏழு பேர்.

அந்த ஏழுபேரில் அவன் தேடிவந்தவரின் பெயரும் இருந்தது. ஆனால் அவர் எங்கிருக்கிறார் என்று கேட்பதற்கு அந்த வரவேற்பறையில் யாரும் இல்லை. ஓர் ஒற்றை விளக்கு அந்த அறையின் இருட்டை மிகைப்படுத்திக் காட்டிக்கொண்டிருந்தது.

அவன் அந்த அறையை விட்டு வெளியேறிக் கட்டிடத்தின் மறுபுறம் சென்றான். பெரியபெரிய பழங்காலக் கதவுகள். எல்லாம் சாத்தியிருந்தன. இவ்வளவு பெரிய கதவுகளைச் சாத்தித் தாளிடக்கூட நிறைய உடல் வலுவிருக்க வேண்டும்.

அந்தப் பின்பகுதிதான் சமையற்கட்டாக இருக்க வேண்டும். வெளியே ஒரு குழாயடியில் அலுமினியப் பாத்திரங்களாக இரைந்து கிடந்தன. அவை தேய்த்துச் சுத்தம் செய்யப்பட்டால்கூட அவற்றில் படிந்திருந்த கரி விலகாது. அந்தப் பாத்திரங்களின் அடியிலிருந்த கறுப்பு நிறத்தின் சாசுவதத்தன்மை, உணவு சமைப்போரையும் அந்த உணவை உண்போரையும் பார்த்துச் சிரித்துக் கொண்டிருக்கக் கூடும். அந்தச் சூழ்நிலையில் அது ஒன்றுதான் சிரிப்பாக இருக்கக்கூடும்.

அவனுக்குக் குளிர் தாங்க முடியாத கட்டத்தை எட்டுவதாகப் பட்டது. இவ்வளவு காலையில் வந்திருக்கக் கூடாதோ? எந்தக் கதவைத் தட்டுவது? வரவேற்பறைக்கே மீண்டும் போய்விடலாமா? அவன் எழுந்துவிட்டால் போதுமா? மற்றவர்கள் எழுந்திருக்க வேண்டாமா?

ஆனால் எழுந்திருந்தவன் ஒருவன் அங்கு சைக்கிளில் வந்து இறங்கினான். அவனும் கம்பளி பாண்ட், ஜோடு, தலைக்குல்லாய், தடிமனான கம்பளி ஸ்வெட்டர் அணிந்துகொண்டிருந்தான். அவை எல்லாமே ஒரு சீரான பழையவை. ஒருவேளை அவனே அவற்றைப் பழைய பொருள்கள் விற்கும் கடையில் தான் வாங்கியிருக்கக் கூடும். அவனுடைய முகம் அதற்குமேல் வசதி படைத்தவனாகத் தெரியவில்லை ஜோடுகளிலும் கம்பளி பாண்ட்டுகளிலும்கூடப் பணம் பணமின்மை தெரிந்துவிடுகிறது.

“யாருக்காகத் தேடுகிறீர்கள் ஐயா?”

இந்த ஐயாகூடப் பணத்தைத்தான் குறித்தது. புதுடில்லி என்றாலும் பழைய மொகலாய வாசனைகள் இன்னும் நீடித்துக்கொண்டிருக்கின்றன. இங்கு வந்து இருபது மணி நேரத்திற்குள்தான் எத்தனை ‘ஸாப்’கள்? இதே ஐயாக்கள் சமத்வத்தையும் பரஸ்பர மதிப்பையும் காட்டுவதாக இருக்கக்கூடும். ஆனால் இந்த ஐயா அப்படியல்ல – இது தலைமுறை தலை தலைமுறையாக அமுத்தி வைக்கப்பட்டதின் விளைவாக நேர்ந்த பழக்கம்.

“நா – எங்கிருக்கிறார்?”

“யாரு, மதறாஸ்காரரா?”

“நா – மதறாஸ்காரர் இல்லை. ஆனால் வட இந்தியர்களுக்குத் தென்னாட்டுக்காரர்கள் எல்லாருமே மதறாஸ்காரர்கள்தான்.”

“ஆமாம்.”

“அவர் இதோ, இங்கிருக்கிறார்.”

அந்த ஆள் அக்கட்டிடத்தின் பின் பகுதிலேயே ஒரு பிரம்மாண்டமான கதவை வெளியிலிருந்தபடியே பிடித்துத் தள்ளினான். அது நீளமான வெராண்டா ஒன்றைக் காட்டியது. அது தட்டுமுட்டு சாமான்களைப் போட்டு வைப்பதற்காக ஒதுக்கி வைத்த இடமாகக் காட்சியளித்தது. விடுதலை வீரர்கள்தான் எவ்வளவு கள்ளிப்பலகைப் பெட்டிகளும் அட்டைப் பெட்டிகளும் பிளாஸ்டிக் சாமான்களும் ஓட்டை டிரம்களும் சேகரித்து வைத்திருக்கிறார்கள்? ஒரு பழைய ஹோல்டால், கிழிந்த மெத்தை தலையணைகள், பிய்ந்துபோன தோல் பெட்டி – பைகள், பெரிதும் சிறிதுமான புட்டிகள், ஐந்தாறு ஓட்டை நாற்காலிகள் . . . அந்த வெராண்டாவில் வரிசையாக மூன்று பெரிய வாசற்கதவுகள். கம்பளி பாண்ட் கம்பளிச் சட்டை போட்டபடி மத்திய கால சாமானியப் பிரஜைகளின் பணிவு உணர்வைப் பிரதிபலிக்கும் அந்த ஆள் ஒரு வாசற்படியருகே சென்று கதவைத் தட்டினான். அங்கும், “ஸாப்! ஸாப்!” அப்புறம் கதவை இரு கைகளாலும் பலமாகக் குத்தினன். “ஸாப்! ஸாப்!” பத்து நிமிடத் தாக்குதலுக்குப் பிறகு கதவைத் திறக்கும் சப்தம் கேட்டது. உள்ளே தாள் மிகவும் பலமானதாக இருக்க வேண்டும். கதவு திறந்தது. திறந்ததும் அந்த இருட்டுப் பிரதேசத்தில் சதுரவடிவத்தில் தணல் எரிவது போல ஒரு சிறு பொருள் தரையில் இருப்பது தெரிந்தது. இருட்டோடு இருட்டாகக் கலந்து ஆனால் இரு சிறு வெள்ளைக் கீறல்கள் மட்டும் மனிதக் கண்களாகத் தெரிந்தன. சில விநாடிகளில் அந்தக் கண்கள் வந்திருப்பவன் யார் என்று அடையாளம் கண்டு கொண்டது அவை விரிவதில் தெரிந்தது. “வாடா ராஜப்பா, வா. எப்போ வந்தே?” என்று அந்த உருவம் கேட்டது. கதவு மேலும் திறந்தது. விடுதலை வீரர் நா – முழுதாகத் தோற்றமளித்தார்.

○

எப்படியும் பிச்சுமணி பொண்ணு கல்யாணத்துக்கு ஒரு தடவை வந்துட்டுப் போகணும்னுதான் இருக்கேன். டிக்கெட்டுக்குப் போக வர இருநூறு ரூபாய் போச்சுன்னா பத்துப் பதினஞ்சு நாள் செலவுக்கு நூறு நூத்தைம்பது ரூபா வேண்டாம்? அப்புறம் அந்தக் குழந்தைகளுக்கு ஏதாவது வாங்கிண்டு போகணும். நாலு நாளைக்கு முன்னாலே கூட விஜி கடுதாசு போட்டிருந்தான். அதைக்கூட இங்கேதான் எங்கேயோ வச்சிருந்தேன். இதோ

பார், இதே இங்கேயிருக்கு. குழந்தை எவ்வளவு அழகா எழுதியிருக்கான், இல்லே? பென்சில்லே எழுதியிருக்கான். அதுனாலே எழுத்து சரியாத் தெரியலே... என்ன பண்ணுவான்? சின்னப்பையன்தானே? பத்து வயசுகூட இருக்காது. அங்கே இருந்தப்போ அவன்தான் தாத்தா தாத்தான்னு என் சட்டையைப் பிடிச்சு வேஷ்டியைப் பிடிச்சு பின்னாலியே சுத்துவான். வெளியிலே போயிட்டு வந்தா கமர்கட்டு வாங்கிண்டு வரலேன்னா கிள்ளி அடிச்சு துவம்சம் பண்ணிடுவான். நீ எப்போ பாத்தே அவனை? நீதான் மதுரைக்குப் போயே இரண்டு வருஷம் ஆறதுன்னு சொல்றியே? மதுரையிலே அப்போ நாங்க வைச்சிருந்த கடையெல்லாம் கூட இடிச்சுட்டு லாட்ஜு கட்டிட்டானாம். மதுரையிலே இப்போ எங்கே பார்த்தாலும் லாட்ஜுதான். வீட்டிலேயே யாரும் இருக்க முடியாது போலேயிருக்கு. இங்கே கூட அப்படித்தான் இருக்கிற மாதிரி இருக்கு. அன்னிக்கு என்னை ஆஸ்பத்திரிக்குக் கொண்டு போனா, எல்லாம் இந்தக் காலுக்குத்தான். இதோ பாரு, இங்கேதான் அது. அப்போ குண்டு பட்டப்பவே கோணலாப் போயிடுத்து. இரண்டு தரம் போலீஸ் சுட்டப்போ என் மேலே குண்டு படலே. லாட்டி சார்ஜ்லேதான் முதுகிலேயும் தோளிலேயும் அடி. ஆனா அந்த மூணாவது ஃபைரீங்க்லே நாப்பது பேருக்கு குண்டு அடி. அஞ்சு பேரு போயேபோயிட்டாங்க. அதுலே அந்த ரமணிதான் தெருவிலேயே போய்ட்டான். பாவம், இறஞ்சு பாடுவான். தெருவிலே நாங்க ‘ஆயிரம் உண்டிங்கு ஜாதி, அதை அன்னியர் வந்து புகல் என்ன நீதி’ன்னு பாடிண்டுபோய் ‘ஓர் தாயின் வயிற்றில் பிறந்தோர்’னு உசத்தினா அவன் குரல் தனியாய் பெரிசாக் கேட்கும். பாரதியார் பாட்டுன்னாலே போலீஸுக்குப் பொத்துண்டு வரும். நாங்க தெருவிலே ஏதோ தெரியாதவா மாதிரி நாலு பேராப் போவோம். அப்புறம் திடீர்னு சேர்ந்து ஒரு பாட்டு பாடுவோம். அப்புறம் இன்னொரு தெருவுக்குப் போவோம். அங்கே பாடுவோம். அப்போ நான் நன்னா உசரமா, சிவப்பா இருப்பேன். கதர் சட்டை போட்டாலே எல்லாரும் திரும்பித் திரும்பிப் பாப்பாங்க. காந்தி குல்லாயும் போட்டுண்டா அவ்வளவுதான், அதிலேயும் ஒரு இரண்டு வருஷத்துக்கு அங்கே ஒரு வெள்ளைக்காரன் கலெக்டராயிருந்தான். அவன் இருந்தப்போ பாட்டுப் பாடறது ஒண்ணும் வேண்டாம். காந்திக்குல்லா போட்டுண்டாப் போறும். உடனே ஒரு போலீஸ்காரன் வந்து தலையிலே தட்டுவான். நிறையப் பேருக்குத் தலையிலேதான் காயம். ஆனால் எனக்குக் கால் போயிடுத்து. நாப்பது வருஷமாயிடுத்து, இப்போ தொந்தரவு பண்ணறது. இதைப் பாரேன். இங்கே தெரியலே? அப்படியே வழவழன்னு சின்னப் பள்ளமா. வெளிலே எல்லாம் சரியாயிடுத்து. ஆனா நரம்பு ஏதோ ஒண்ணுதான் இன்னும் சரியாகலே. திடீர்னு

வீங்கிப் போயிடுத்து. இங்கே மாடம் வந்து பாத்தா. முதல்லே இங்கே வேறு ஒருத்தன் குப்தான்னு சூப்ரண்டண்டா இருந்தான். அவனுக்கு யார் எப்படியிருக்கா என்னன்னு லட்சியமே கிடையாது. இங்கேயே ராய்சிங், கன்ஷியாம்னு இரண்டு பேர் இருந்தாங்க. இரண்டு பேரும், ஃப்ராட், போகஸ். எப்படியோ ஏதோ சர்டியிகேட் வாங்கி ஃப்ரீடம் ஃபைட்டர் அப்படீன்னு வந்துட்டான். அதிலே ஒத்தனோட பிள்ளை ஐஏ.எஸ். ஆபீஸர். அவன் எனக்கு யாருமில்லேன்னு இங்கே வந்து கூத்தடிச்சான். எழுபது வயசுக்காரங்க. குடி என்ன, கேர்ல்ஸ் என்ன? இந்த இடமே பிராத்தலா மாறி நாறிப் போச்சு. இப்போ இரண்டு பேரும் செத்துப் போயிட்டாங்க. அப்போதான் மாடம் வந்தா. அவதான் என் காலைப் பாத்துட்டு உடனே ஆஸ்பத்திரிக்குக் கொண்டு போக ஏற்பாடு பண்ணினா. மூணு வாரம் ஆஸ்பத்திரியிலே இருந்தேன். அங்கே கூட ஒவ்வொரு புதன் கிழமையும் அவ வந்து பாத்துப்பா. எனக்காக ஸ்பெஷலா ‘ஹிண்டு’ சப்ளை பண்ணணும்னு அவதான் ஏற்பாடு பண்ணினா. இங்கே கூடப் பாரு, நாலு மாசத்து ‘ஹிண்டு’ இருக்கு. இந்த ரூமை இன்னும் சரியா ஒழிக்கலே. ஒருமாசத்துக்கு இரண்டு நெஸ்கபே பாட்டில், பகல்லே சவுத் இண்டியன் மீல்ஸ், ராத்திரிக்கு ஒரு தோசை – இதெல்லாம் இப்போ உன்னைக் கொண்டு வந்துவிட்டானே, சாண்டு, அவன் தினம் வாங்கிக் கொண்டு கொடுத்துடுவான். நான் இந்த ரூமை விட்டு வெளியே போறதே கிடையாது. பக்கத்லேயே பாத்ரூம். அதான் வெராண்டா. அங்கே போற வழிலேதான் ஒரே டப்பாவும் டின்னுமாப் போட்டிருக்கான். அதை எடுத்துடு, ஒரு தடவை தடுக்கிக் கீழே விழுந்துட்டேன்னு கூடச் சொன்னேன். இந்த வாரமாவது யாராவது எடுப்பாங்க. நீ காபி சாப்பிடறியா? சித்தே இரு, எட்டு மணிக்குப் பாலைக் காச்சிக் கொண்டு வருவான். ரொம்பக் குளிரறதா? அந்த ரூம் ஹீட்டர் பக்கத்திலே உக்காந்துக்கோ. அந்த ரூம் ஹீட்டர் கூட சரியா வேலை பண்ணலே. எல்லாம் மாடம் வந்தப்புறம்தான் சரி பண்ணிக் கொடுத்தா. காலுதான் இன்னும் படுத்தறது. நாளைக்கு மறுபடியும் ஆஸ்பத்திரிக்குப் போகணும். சாண்டு கிட்டே சொல்லிடணும். அவன்தான் அழைச்சிண்டு போவான். ஐநூறு ரூபா வேணும்னு கேட்டிருக்கேன். இங்கேயே ரிட்டர்ன் டிக்கெட்டும் வாங்கிக் கொடுத்துட்டான்னா கையிலே இருநூறு முன்னூறு ரூபா இருக்கும். அது போதும் பதினஞ்சு நாளைக்கு. ஊருக்கு வந்து எல்லாரையும் ஒரு தடவை வந்து பாத்துட்டாப் போதும். எனக்கு இனிமே யாரையும் தொந்தரவு பண்ணறதுக்கு இஷ்டமில்லே. இந்த நேரம் இப்படியே இருந்துண்டிருக்கும். இன்னும் ஏழு பேர் இருக்கோம். அதுலே இரண்டு பேர்

இப்போ ஊருக்குப் போயிருக்காங்க. ஒரு சூப்ரண்டெண்ட், ஒரு கிளார்க், ஒரு குக், ஒரு வாச்மென். மாடம் ஒம்பது மணிக்கு வந்துடுவா. யாரையாவது பாத்தாக் கடுதாசு போடச்சொல்லு. விஜிதான் கடைசியாக் கடுதாசு போட்டான். இந்த ரூம்தான் ரொம்பப் பெரிசு. அதான் குளிரறது. போனவாரம்தான் ஒரு எக்ஸ்ட்ரா பிளாங்க்கெட் வாங்கிண்டேன். அதெல்லாம் கொடுத்துடுவா. இப்போ ஏழு பேருதானே. எனக்குத்தான் அங்கே வந்து எல்லாரையும் ஒரு தடவை பாத்துடணும்னு ரொம்பத் துடிக்கிறது. இங்கே எப்படியும் இந்த சாண்டுவோ வாச்மென்னோ இரயில்லே ஏத்தி விட்டுட்டா அங்கே வந்து சேந்துடுவேன். என் பொட்டிதான் கொஞ்சம் பெரிசா இருக்கு. கொஞ்சம் சின்னப் பொட்டி இருந்தாத் தேவலை. மாடம் கிட்டே சொல்லியிருக்கேன். இப்போ கால் கொஞ்சம் வீக்கம் குறைஞ்சிருக்கு. போன வாரம் இரண்டு காலும் பெரிசா வீங்கிப் போயிருந்தது. இப்போ தேவலை. மருந்துமாசத்துக்கு நாப்பது நாப்பத்தஞ்சு ரூபா ஆறது. நான் எங்கேயும் எழுந்து போறதில்லே. இப்படியே படுத்துண்டே இருப்பேன். இங்கே ஒரு நாய் வந்துடறது. ஒரு நாளைக்கு இங்கேயே வந்து ஒண்ணுக்கு ரெண்டுக்குக்குப் போயிடுத்து. இந்த இருட்டுலே எங்கேந்து நாத்தம் வறதுன்னு தெரியலே. இப்போ ஒரு டேபிள் மட்டும் கொடுத்திருக்கா. ரூம் பெரிசு இந்த ஜன்னக் கதவையெல்லாம் எப்பவும் மூடியே வைக்கச் சொல்லியிருக்கேன். ராத்ரி கூடக் கதவைத் தாப்பாள் போறதில்லே. நேத்திக்கு ஏதோ நினைப்பிலே, தாப்பாளைப் போட்டுட்டேன். இல்லேன்னா நீ பிடிச்சுத் தள்ளினா கதவு திறந்திருக்கும். எப்படியும் இன்னும் பத்து நாளிலே பணம் சாங்ஷன் ஆகிவந்துடும். அப்புறம் டிக்கெட்டை வாங்கிண்டு அங்கே வந்து எல்லோரையும் ஒரு தடவைப் பார்த்துட்டுப் போயிட்டேன்னா மனசுக்கு நிம்மதியாயிருக்கும். நேத்திக்கு கூட எல்லோரையும் நினைச்சுண்டு அழுதுட்டேன். நேத்தி 'ஹிண்டு'வை இன்னும் படிக்கலை. சரியா மூணு மணிக்குக் கொண்டுவந்து போட்டுடுவான். அதைக் கொஞ்சம் அன்னிக்கே பாப்பேன். மிச்சத்தை அடுத்த நாள் படுச்சுடுவேன். அது ஒண்ணுலேதான் நம்ம ஊர் பத்திக் கொஞ்சம் போடறான். அந்த ராஸ்கல் கன்ஷியாம் எனக்கு எதுக்குத் தனியா 'ஹிண்டு'பேப்பர்னு வம்பு பண்ணினான். ஒரு நாளைக்குக் கார்த்தாலே நான் குழாயடி பல் தேக்கப் போனப்போ என் மேலேயே துப்பினான். நான் அப்படியே குவளையிட்டு அவனை மொத்தினேன். கீழே விழுந்துட்டான். எப்படியோ எம்.பி. மினிஸ்டர் யாரையோ பாத்து இங்கே ஃபீரீடம் ஃபைட்டர்னு இடம் பிடிச்சுண்ட்டான். அவனுக்கு எப்பப்பாத்தாலும்

விசிட்டர்ஸ். கேர்ல்ஸ். டிரிங்க்ஸ் அந்த சூப்ரண்டெண்ட் வேறே அவன் கையாளு. ஏதோ ஒரு தடவை ஊருக்கு வந்து எல்லாரையும் பாத்துட்டுப் போயிட்டேன்னா எனக்குப் போறும். பிச்சுமணி கூட இங்கே வந்து என்னைப் பாக்கணும்னு கடுதாசு எழுதினான். நான் வேண்டாம்னுட்டேன். எதுக்குப் பாவம் அவன் செலவழிச்சுண்டு இவ்வளவு தூரம் வரணும்? அவனுக்கும் எழுதியிருக்கேன் இங்கே எனக்கு ஏதாவது ஆயிட்டுதுன்னு தந்தி தகவல் வந்தாக்கூட வரவேண்டாம்னு. ஏதோ நீ இந்தப் பக்கம் வந்திருக்கே. எப்படியும் பத்துப் பதினஞ்சு நாளிலே பணம் சாங்ஷன் ஆயிடும். அங்கே பிச்சுமணி எல்லாரையும் பாத்துடலாம். திரும்பி வரப்போ மட்டும் யாராவது என்னை ரயில்லே ஏத்தி விட்டுடணும். இங்கே முன்னாலியே எழுதிப் போட்டுட்டா சாண்டுவோ யாரோ ஸ்டேஷனுக்கு வந்து என்னை இங்கே அழைச்சுண்டு வந்துடுவாங்க. பொட்டிதான் கொஞ்சம் பெரிசா இருக்கு. எனக்கு ஒத்தனுக்கு இவ்வளவு பெரிய பொட்டியிலே என்ன சாமான் கொண்டு போகணும்? எனக்கு இப்போ என்னதான் வேணும்? நான் இருக்கிறவரைக்கும் இந்தக் கட்டில் இருந்தாப் போறும். அதுக்கப்புறம் எனக்கு என்ன வேணும்? பொண்டாட்டியா பிள்ளையா? இவுங்களே இங்கே எரிக்கவோ புதைக்கவோ பண்ணிடுவான். இல்லேன்னா மெடிகல் காலேஜுக்கு உடம்பை அனுப்பிச்சுடுவான். நான் துண்டு துண்டாப் போயிடுவேன். அப்பவாவது தெரியுமோ என்னவோ என் காலுக்கு என்னாச்சுன்னு...”

3
நாம் என்ன செய்ய வேண்டும்

ஒரு பேட்டி

"எழுத்தாளர் அரிதாசன் இருக்காரா?"

"நான்தான் ஹரிதாசன்."

"உங்களைப் பாத்து ஒரு பேட்டி எழுதிண்டு போக ஆசிரியர் அனுப்பிச்சார்."

"என்னையா?"

"ஆமாம்."

"ஹரிதாசன்தானா? நிச்சயமாத் தெரியுமா?"

"நீங்கதான். பாருங்க, அட்ரஸ் எல்லாம் கரெக்டா இருக்கு."

"தெருவெல்லாம் சரிதான். வீட்டு நம்பர்தான் தப்பு. அது சரி, என்ன பேட்டி?"

"எழுத்தாளர் பேட்டிதான். நாங்க சமூகத்திலே இருக்கிற கொஞ்ச பேரைப் பேட்டி கண்டு அவர்கள் உள்ளே புதைந்திருக்கும் உள்மனிதன் பத்தி எழுத போறோம். இந்த பேட்டியின் தலைப்பே 'இவர்கள் உள்ளே இருக்கிறார்கள்.'"

"இந்தத் தலைப்புலே ஜெயகாந்தன் கட்டுரைங்க எழுதியிருக்கார் இல்லே?"

"இது பேட்டி. உள்மனிதன் பேட்டி."

"பேட்டியை இப்படி வெளியிலேயே வைச்சுப்போமா? வீட்டு உள்ளே நிறைய மனுஷாளுங்க..."

"பரவாயில்லே. இங்கேயே முடிச்சுடலாம். ஒரு அஞ்சு நிமிஷம்."

"சரி."

"நீங்க எவ்வளவு நாளா எழுதறீங்க?"

"முப்பது முப்பத்தஞ்சு வருஷமா இருக்கும்."

இன்று

"குறிப்பாச் சொல்ல முடியுமா?"

"குறிப்பாவா? முப்பத்தி மூணு வருஷம் ஏழு மாசம்."

"அப்போ முப்பத்தி நாலுன்னு போட்டுக்கறேன்."

"போட்டுக்குங்க. இதுக்கு ரேஷன்லே அரை கிலோ ஒரு கிலோ சக்கரை கூடக் கொடுத்தா நன்னாயிருக்கும்."

"நீங்க என்ன மாதிரிக் கதை எழுதப் பிரியப்படறீங்க, என்ன மாதிரிக் கதை எழுதறீங்க?"

"அப்படீன்னா?"

"அப்படீன்னா... அதான், நீங்க ஒரு மாதிரி எழுதணும்னு நினைக்கிறீங்க? ஆனா மக்கள் உங்களை வேற மாதிரி எழுதணும்னு எதிர்பார்க்கிறாங்க."

"மக்கள் அப்படி எதிர்பார்க்றதில்லையே?"

"இல்லீங்க, இப்போ சுஜாதா கதைன்னா ஒண்ணை எதிர்பார்க்கிறாங்க, சாண்டில்யன் கதைன்னா ஒண்ணை எதிர்பார்க்கிறாங்க, சிவசங்கரி கதைன்னா ஒண்ணை எதிர்பார்க்கிறாங்க..."

"என் கதை எதாவது நீங்க படிச்சிருக்கீங்களா?"

"ஓ, நிறையவே படிச்சிருக்கேன்."

"எதுலே?"

"ஆனந்தவிகடன், கல்கி... ஏங்க? நான் நிறையப் படிச்சிருக்கேன்."

"போனாப்போறது. உங்களுக்கு எந்தக் கதை ரொம்பப் பிடிச்சுது?"

"ரொம்பப் பிடிச்சுதா? ரொம்பப் பிடிச்ச கதை – முன்னே நீங்க ஒருத்தன் பாங்க்லே கொள்ளையடிக்கிறான். பாங்க் இரும்புப் பொட்டியிலேயே ஒரு பாம்பு இருக்கு. அதையும் இவன் சேத்துப் போட்டுத் தூக்கிட்டுப் போறான்..."

"இந்தக் கதையை நான் எழுதலே."

"நீங்க எழுதலையா? ரொம்ப நல்ல கதை."

"என்ன செய்யறது? நான் எழுதலை."

"நாம நிறையப் படிச்சுண்டே இருக்கோமா. எது யார் எழுதினாங்கன்னு நினைவுலே இருக்கிறதில்லே."

"ஆமாம், கஷ்டந்தான்."

"உங்கள் மனதைக் கவர்ந்த எழுத்தாளர் யார்?"

"இது வேண்டாம் சார். இந்தப் பட்டியலைப் போட்டா உங்க பத்திரிகையிலே பாதி இதுவே வந்துடும்."

"இப்ப எழுதறவங்க பேரைச் சொல்லுங்க."

"நாம நிறையப் படிச்சுண்டே இருக்கோமா எது யார் எழுதினாங்கன்னு நினைவுலே இருக்கிறதில்லே."

"என்ன சார். நம்பளையே வாரி விட்டுடறீங்களே?"

"சார், உங்க பத்திரிகையிலே இந்தப் பேட்டி போடப் போறதில்லே. உங்க நேரம், என் நேரம் எல்லாம் வீண்."

"இல்லே, சார். ஆசிரியர்தான் அனுப்பிச்சார். உங்க கதைங்கன்னா ரொம்பப் பிடிக்கும்."

"அவரும் அந்த பாங்க் இரும்புப் பொட்டிக் கதையைப் படிச்சிருப்பார்."

"இல்லே சார். அவர் உங்க, கதை எல்லாம் படிச்சிருக்கார்."

"எப்படித் தெரியும்?"

"அவரே நிறைய வாட்டிச் சொல்லியிருக்கார்."

"சரி, உள் மனிதன் பேட்டிக்குக் கதை எதுக்கு?"

"ஆமாம், சார். மனிதர்தானே முக்கியம்?"

"நீங்க கேள்வி ஏதாவது எழுதிண்டு வந்திருக்கீங்களா? இல்லே, இப்படியே பேசினதை வைச்சிட்டு எழுதறதா எண்ணமா?"

"கேள்வி இருக்கு . . ."

"கேள்விங்களை முடிச்சுடுவோம். உங்களுக்கு என்னைத் தெரியாது. எனக்கு உங்களுக்கு என்ன சொல்றதுன்னு தெரியலே..."

"கேள்வி – இதோ, 'சாவித்திரி' திரைப்படத்தைத் தடை செய்ய ஒரு சிலர் ஊர்வலம் நடத்தி ஆர்ப்பாட்டம் செய்தபோது அதைத் தைரியமாகக் கண்டித்தீர்கள் – ஏன்?"

"அது சரியில்லேன்னு தோணித்து."

"அப்போது அந்தப் படம் உண்மை நிலையைப் பிரதிபலித்தது என்று ஒப்புக்கொள்கிறீர்கள் –"

"இல்லை. திரைப்படங்கள் உண்மை நிலையின் சில சிதறல்களைத்தான் பிரதிபலிக்க முடியும். 'சாவித்திரி பிழைகள் மலிந்த மிகவும் சாதாரணமான படம். ஆனால் தடை செய்ய வேண்டும் என் வற்புறுத்துவது சரியாகாது என்றுதான் சொன்னேன்."

"அப்படியா? 'சாவித்திரி' படத்தினோட புரட்சி நோக்கை நீங்க ஒத்துண்டீங்கன்னு நினைச்சோம்."

"அதிலே என்ன புரட்சி பார்த்தீங்க?"

"ஜாதி மதம் பார்க்காத காதல், பொருந்தாத திருமணம் எதிர்ப்பு –"

"இதுகளை வைச்சுண்டுதானே ஐம்பது வருஷமா இங்கே சினிமா எடுத்துண்டு வராங்க?"

"இல்லே, தற்காலத்துக்குப் பொருந்தும்படியான முன்னேற்றக் கொள்கைகளை நீங்க வரவேற்பீங்கன்னு எதிர்பார்த்தோம்."

"இதுலே எந்தக் காலத்துக்குப் பொருந்தற முன்னேற்றக் கொள்கைங்க இருக்குன்னு சொல்றீங்க? கணவன் ஒரு நியாயத்துக்குக் கட்டுப்பட்டவன். அவனுக்கு உள்ள எளிய வாழ்க்கையிலே நிறைவையும் சந்தோஷத்தையும் பாக்கிறவன். அவன் கல்யாணம் பண்ணிண்ட பொண்ணு நிச்சயம் அவன் கிட்டேயே நிறைவையும் சந்தோஷத்தையும் காலப்போக்கிலே கண்டுகொள்ளப் பக்குவம் அடைஞ்சிடுவா. ஆனால் அவள் மனதைக் கலைத்தவன் இரண்டு நாள் கூட ஒழுங்கா அவளை வைச்சுண்டு குடும்பம் நடத்த மாட்டான். நீங்க இந்த ஒரு கணத்தோட வாழ்க்கை முடிஞ்சு போயிடறதுன்னா எதுவும் செய்யலாம். எப்படியும் இருக்கலாம் ஆனால் இன்னிக்குக் கட்டிப் பிடிச்சுண்டு புரண்டுட்டு நாளைக்கு நடுத்தெருவிலே நிக்கறது அநியாயப் புரட்சியாத் தோணறது. அதுவும், பாவம் அந்தப் பொண் ஊர் உலகம் தெரியாத கிராமப் பொண்ணு. அவளை எல்லா வக்கிரகங்களும் பழகிப்போன ஒருத்தன் தன் சுகத்துக்கு அவளை வசியப்படுத்திப் பயன்படுத்திக் கொள்ளறது எந்தப் புரட்சியிலே சேர்க்க முடியும்?"

"அப்ப நான் வரேங்க."

"பேட்டி முடிஞ்சாச்சா? உள் மனிதன் கிடைச்சுடுத்தா உங்களுக்கு? இப்போ திடீர்னு 'சாவித்திரி' படம் எப்படி உங்களுக்கு நினைவு வந்தது?"

"போன வருஷத்திலே வந்த படங்களிலே பரபரப்பு ஏற்படுத்தியவை எல்லாம் மறுபரிசீலனை செய்யறதுன்னு திட்டம். நீங்களும் கொஞ்சம் பரபரப்பா எழுதினீங்கன்னா மக்கள் நினைவிலே இருப்பீங்க."

❍

சுந்தரராமனுக்குப் பிரசவக் கஷ்டம் அவனுடைய மூன்றாவது குழந்தையின்போது ஏற்பட்டது. அவனுடைய மனைவியின்

முதல் இரு பிரசவங்களையும் அவள் பெற்றோர் வீட்டில் பார்த்துக்கொண்டு விட்டார்கள். 'ஆண் குழந்தை இரவு பதினொருமணி தாயும் சேயும் நலம்' என்ற எக்ஸ்பிரஸ் தந்தியும், 'வியாழக்கிழமை பகல் இரண்டு மணிக்கு வசந்தாவுக்குப் பெண் குழந்தை பிறந்தது. ஆயுதக்கேஸானதால் இன்னும் ஆஸ்பத்திரியில் இருக்கிறாள்' என்று குழந்தை பிறந்து ஒருவார காலத்திற்குப் பிறகு வந்த தபாலட்டையும் அவன் இருமுறை தந்தையானதற்கு ஊரிலிருந்து கிடைத்த தகவல்கள். முதல் குழந்தை பிறந்தபோது கால்பவுன் காப்பும் புதுச்சட்டையுமாகப் பெயர் சூட்டும் நாளென்று காலை மாமனார் வீட்டிற்குச் சென்று மாலை இரயிலில் புது வேஷ்டியுடன் ஊர் திரும்பினான். இரண்டாவது குழந்தை பிறந்தபோது அவனுக்கு லீவு கிடைக்கவில்லை. கொஞ்சம் முயற்சி செய்திருந்தால் கிடைத்திருக்கும். அடுத்து மூன்றாவது குழந்தை உண்டு என்று தெரிய வந்தபோது அவனுக்கு மாமியார் இல்லை. அவனுடைய மனைவியின் இரு தங்கைகளுக்கும் கல்யாணமாகி ஒருத்தி வளைகாப்பிற்காகப் பிறந்த வீடு வந்திருந்தாள். ஒரே வீட்டில் இரு பிள்ளைத்தாச்சிகள் கூடாது என்றார்கள். மேலும் மூன்றாவது குழந்தை கணவன் வீட்டில் பிறப்பதுதான் முறை. சுந்தரராமன் எழும்பூர் ஆஸ்பத்திரியில் பதிவு செய்துகொண்டான். மாதமொரு முறை மனைவியை அங்கு அழைத்துச் சென்று மருத்துவப் பரிசோதனை செய்து வைத்தான். குழந்தை பிறந்ததும் கருத்தடை ஆப்ரேஷனும் செய்துவிடுவதற்குக் கையெழுத்துப் போட்டுக் கொடுத்தான். மனைவிக்கு வலி கண்டபோது மூத்த பையன் தானும் அம்மாகூடப் போய்த்தான் தீருவேன் என்று அழுது அடம்பிடித்தான். இரவு பத்து மணி என்றால் சினிமாக் கொட்டகை வாசலில் டாக்சி வண்டிகள் கிடைக்கும். பன்னிரண்டு மணி என்றால் சைக்கிள் ரிக்ஷா கிடைக்கும். பதினொரு மணிக்கு இரண்டும் கிடைக்கவில்லை. ஒரு மைல் ஓடிச்சென்று ஒரு டாக்சி பிடித்து வந்தபோது குழந்தைகள் சற்றுக் கண்ணயர்ந்து இருந்தார்கள். பக்கத்து வீட்டுப் பாட்டியை வீட்டில் வந்து இருக்கச் சொல்லிவிட்டு மனைவியை மட்டும் அழைத்துக்கொண்டு எழும்பூர் ஆஸ்பத்திரி அடைந்து அங்கிருந்த மணியை இழுத்து ஒலித்தான். பிரசவ ஆஸ்பத்திரிகளில் ஏன் ஆராய்ச்சி மணி மாதிரி இப்படியொரு ஏற்பாடு என்று அவனுக்குத் தோன்றியது. உடனே மனுநீதிச் சோழர் ஞாபகம் வந்தது; உடனே தேர்க்காலில் கன்றும் மகனும். இது அவனுடைய கலக்கத்தை அதிகரித்தது. இந்தியாவில் எல்லாக் காலங்களிலும் தெருக்களில் மாடுகள் உலவி வந்திருக்கின்றன என்ற இலக்கியப் பூர்வமான ஆதாரம் நல்ல சகுனமாக அவனுக்குப் படவில்லை.

இவ்வளவு தூரம் நடந்துவந்த அவனுடைய மனைவியை ஒரு சக்கர நாற்காலியில் ஆஸ்பத்திரிக்காரன் உட்கார வைத்துத்

தள்ளிப்போனபோது அவனும் கூடவே போனான். ஆனால் முதல் வெராண்டாவைத் தாண்டியவுடன் அவனைத் தடுத்து விட்டார்கள். அப்புறம் அவன் கண்ணில் பட்டவர்களெல்லாம், “போ, போ! இங்கே நிக்காதே. போ, போ!” என்றார்கள். அந்த வெராண்டாவிற்குச் சற்றுத் தள்ளி இருந்த இடத்திலிருந்து விதவிதமான முனகல்களும், அய்யோ, அம்மா, முருகா, அய்யய்யோ, என்றெல்லாம் பெண் குரல்கள் கேட்டன. இவ்வளவு வலி வேதனைக்குப் பிறகா குழந்தை என்று துன்பச் சிந்தனையில் ஆழ்ந்துவிட அவன் அனுமதிக்கப்படவில்லை. வீட்டில் இரவில் சின்னக் குழந்தை எழுந்து அழுதால் பால் தருவதற்குப் பால் பவுடர் மூன்று ஸ்பூன் போட வேண்டுமா நான்கா என்ற சந்தேகத்தைத் தவிர்த்துக்கொள்ளாமல் மியூசியம் தியேட்டரைத் தாண்டி சுந்தரராமன் வீடு நோக்கி விரைந்து நடந்தான்.

குழந்தை பிறந்த பத்தாவது நாள் ஆஸ்பத்திரிக்கும் ஆஸ்பத்திரிச் சிப்பந்திகளுக்கும் அங்கிருக்கும் முனீசுவரன் கோயிலுக்கும் பணம் தந்து விடை பெற்றுக்கொண்டு எல்லாரும் வீடு வந்து சேர்ந்தார்கள். இருந்த இடத்தை விட்டு நகராமலேயே எப்படி ஒரு பச்சைக் குழந்தை வீடு முழுக்க நிறைந்திருக்கும் என்று சுந்தரராமனுக்குப் புரிய ஆரம்பித்தது. எங்கு பார்த்தாலும் குழந்தைத் துணி வெவ்வேறு அளவு ஈரத்தில் கிடந்தது. தாய்ப்பால் கிடையாது. ஆதலால் பிளாஸ்கில் எப்போதும் வெந்நீர். குழந்தைக்குக் கடும் சுரம் என்று டாக்டரிடம் எடுத்துச் சென்றால் அங்கு காத்திருக்கும் வேளையில் சுரம் தணிந்து விடும். முத்தடைக் காப்பு ஊசி, மூன்றாவது இறுதி ஊசி போட்டபோது, “போலியோ மருந்து கொடுத்தாயிற்றா?” என்று டாக்டர் கேட்டார். அப்போதுதான் ஒரு குழந்தைக்கும் அது தரப்படவில்லை என்று சுந்தரராமனுக்குத் தெரிய வந்தது. இளம்பிள்ளை வாதம் பற்றி பிரக்ஞை ஏற்பட்டவுடன் எந்தக் குழந்தைக்கும் சிறிதளவு சுரம் என்றாலும் பயமாக இருந்தது. இரவு தூக்கத்திலிருந்து சட்டென்று விழித்துக்கொண்டு ஒவ்வொரு குழந்தையின் கையையும் காலையும் தூக்கிப் பார்த்து, குழந்தை சிணுங்கும்போது ஆறுதல் அடைவான். மூன்று குழந்தைகளையும் மனைவியையும் நாள் பார்த்து, வீட்டுச் சௌகரியம் பார்த்து, ஆபீஸில் லீவு கிடைத்து ஸ்பென்சர் கட்டிடத்திற்கு அழைத்துச் சென்று இளம்பிள்ளை வாதத் தடுப்பு மருந்து வாங்கித் தருவது அவ்வளவு எளிதில் முடியவில்லை. எல்லாமாக ஏற்பாடு செய்து அங்கு போனபோது ஏகக் கூட்டம். அன்று மருந்து கொடுக்கப்பட வேண்டிய குழந்தைகளின் எண்ணிக்கை காலை ஒன்பதரை மணிக்கே முடிந்துவிட்டது. மேலும் அதற்கெனத் தனியாக ஒரு டாக்டரின் சீட்டு வேறு வேண்டும். “குழந்தையைக் கொண்டு வந்தால் போதாதா?” என்று சுந்தரராமன் மனைவி அங்கு

ஒருவரிடம் கேட்க அவருக்குக் கோபம் வந்துவிட்டது. மேலும் குழந்தையின் உடல் நலம் அப்போது சரியாக இருக்க வேண்டும். சளி பிடித்துக்கொண்டு இருக்கக் கூடாது. வயிற்றில் தொந்தரவு இருக்கக் கூடாது.

மூன்று குழந்தைகளும் ஒரே சமயத்தில் உடம்புக்கு ஒன்றுமில்லாமல் நேருவது அசாத்தியமானதாக இருந்தது. ஒரு முறை ஸ்பென்சர் கட்டிடத்திற்குக் குழந்தையை அழைத்துப் போவதே கடினமான யாத்திரையாக இருந்தது. ஒவ்வொரு குழந்தையாக எவ்வளவு முறை தூக்கி நடந்து இரயிலேறி அப்புறம் பஸ் பிடித்து ஒன்பது மணிக்குள் ஸ்பென்சர் கட்டிடம் அடைந்து பெயர்ப் பதிவு செய்துகொண்டு மருந்து தருவது? எல்லாம் ஒரு நாள் சரியாக இருந்தது. ஒரு பையில் உலர்ந்த துணி - ஒரு கூடையில் பிளாஸ்க் - பால் பவுடர் - டவரா தம்ளர், டாக்டர் சீட்டு இவற்றுடன் ஒரு நாள் சுந்தரராமன் அவனுடைய மனைவி மற்றும் மூன்று குழந்தைகளுடன் பரங்கிமலை ஸ்டேஷன் வந்தவுடன் அதிகக் கும்பலில்லாமல் இரயிலில் இடம் கிடைத்தபோது அவனுக்கு உற்சாகமாக இருந்தது. மாம்பலம் ஸ்டேஷனில் இறங்கி இரயில் பாதையோரமாக நடந்து பஸ் ஸ்டாண்டை அடைந்து மவுண்ட் ரோடு பஸ்ஸிலும் ஏறியாயிற்று. இனி குழந்தைகளுக்கு என்ன வியாதி வந்தாலும் இளம்பிள்ளை வாதம் வராது.

பஸ் நிரம்பி வழிந்த பின் அதன் பிரயாணத்தைத் தொடங்கியது. முதல் இரு ஸ்டாப்புகளுக்குப் பிறகு ஓரிடத்தில் நின்றது. நூற்றுச் சொச்சம் பயணிகளும் டிக்கெட் வாங்கி விட்டார்கள் என்பது உறுதியான பிறகு மீண்டும் பஸ் கிளம்பியது.

பஸ் தேனாம்பேட்டையை நெருங்கிய போதே மவுண்ட்ரோடு சரியில்லை என்று சூசகங்கள் தெரிந்தன. எதிர்ப்பக்கம் வரும் வண்டிகள் தலை தெறிக்கும் வேகத்தில் பாய்ந்தோடி வர மவுண்ட்ரோடு திசையில் செல்லும் வண்டிகள் ஏராளமாகக் குவிந்து அங்குலம் அங்குலமாக ஊர்ந்து செல்ல வேண்டியிருந்தது. சைக்கிள்களும் ஆட்டோ ரிக்ஷாக்களும் பஸ்களுக்கு மத்தியில் புகுந்து முந்தப் பார்த்து நெருக்கடியை இன்னும் தீவிரப் படுத்தின. ஆயிரம்விளக்குப் பகுதி வருவதற்குள் மணி பத்தாகி விட்டது. நேரம் ஆகிவிட்டாலும் கெஞ்சிக் கூத்தாடி தயவு செய்யுங்கள் என்ற ஸ்பென்சர்காரர்களைக் கேட்டுக்கொள்ள வேண்டும்.

ஆயிரம் விளக்கு மசூதியிடம் பஸ் இன்னும் ஆயிரம் வண்டிகள் மத்தியில் சிக்கண்டு நின்றபோது விவரம் தெரிந்தது.

இரண்டு மாதகாலமாகவே போட்டி. எது பற்றி? நிச்சயமாகத் தெரியவில்லை. பஸ்ஸுக்காகக் காத்திருக்கும் பெண்களை எந்தக்

கல்லூரி மாணவர்கள் சீண்டலாம்? இந்த உரிமைப் பிரச்சனை வெகுகாலமாகத் தீர்க்கப்படாமல் இருந்திருக்கிறது. முந்திய நாள் மவுண்ட் ரோடு கல்லூரி மாணவர்கள் கோஷ்டி ஒன்று ஒரு பெண்ணை அழவிட்டிருக்கிறது. இந்த உரிமை அத்துமீறலைத் தட்டிக் கேட்க இன்று ராயப்பேட்டைக் கல்லூரி திரண்டு மவுண்ட் ரோடு கல்லூரி மீது படையெடுத்திருக்கிறது. இரு அணிகளும் சந்தித்த களம் ஸ்பென்சர் கட்டிடத்திற்கு எதிரில்.

சென்னை போலீஸ் படை மாணவர்களைப் பாதுகாக்க விரைந்திருக்கிறது. மாணவர்கள் ஒருவரையொருவர் அடித்துக் கொள்வது போகப் பொது மக்களில் இம் மாதிரிச் சம்பவங் களில் நேரடி ஈடுபாடு கொள்ள விரும்புபவர்கள் எல்லா மாணவர்களையும் தாக்க முற்பட்டிருக்கிறார்கள். சோடா புட்டிகள் அவை சிருஷ்டிக்கப்பட்ட மற்றொரு காரணத்தைப் பூர்த்தி செய்துகொண்டிருந்தன.

ஜனாதிபதி வருகைக்குத் தேவையில்லாமல் எல்லா வண்டிகளும் திசை திருப்பி விடப்பட்டன. சுந்தரராமனும் பிற பயணிகளும் சென்னையின் பல பகுதிகள் வழியாக பஸ்ஸில் அழைத்துச் செல்லப்பட்டார்கள். டி.வி.எஸ். ஸ்டாப்பில் இறங்க வேண்டியவர்கள் ஸ்டர்லிங் ரோடில் இறங்கினார்கள். ஆர்ட்ஸ் காலேஜில் இறங்க வேண்டியவர்கள் சேத்துப்பட்டுப் பாலத்தில் இறங்கினார்கள். எங்கு போகிறோம் எங்கு இறங்குகிறோம் என்று தெரியாதவர்கள் இன்னும் குழப்பமான இடங்களில் இறங்கினார்கள். சுந்தரராமன் அவனுடைய மனைவி குழந்தை களுடன் எழும்பூர் ஸ்டேஷனில் இறக்கி விடப்பட்டான். அதற்கு மேல் செல்ல அவனுடைய டிக்கெட் கட்டணம் அனுமதிக்காது. ஆதலால் இறங்கு கீழே. ஆனால் இது நான் போக வேண்டிய இடம் இல்லையே. அப்போ மேலே டிக்கெட் வாங்கறியா?

எழும்பூர் ஸ்டேஷனில் இறங்கியது ஒரு விதத்தில் நல்லதாகப் போயிற்று. ஒரேடியாக மின்சார இரயிலில் ஏறிப் பரங்கிமலை போய்விடலாம். குழந்தைகளைக் கடவுள் காப்பாற்றுவார்.

கடவுள் காப்பாற்றினார், ஒரு குழந்தையின் காலைத் தவிர.

ஒரு கடிதம்

என் அன்பான நண்பருக்கு,

உங்களை நண்பர் என்று அழைப்பதா என் தந்தை என்று அழைப்பதா என்று தெரியவில்லை. நான் உங்களை இரு முறைதான் சந்தித்திருக்கிறேன். இரு முறையும் உங்கள் அலுவலகத்தில் உங்கள் அலுவலக வேலையாகத்தான். ஆனால் நீங்கள் வெறும்

பணியாளராக என்னிடம் நடந்துகொள்ளவில்லை. நீங்கள் குறிப்பாக என்ன செய்தீர்கள், எனக்கு ஏன் அப்படித் தோன்றியது என்று சொல்ல முடியவில்லை. ஆனால் நீங்கள் எனக்கு ஒரு தந்தை போலத்தான் தோன்றினீர்கள். என்னுடைய தந்தை தூரத்தில் வெகு தூரத்தில் ஹரியானாவில் ஒரு சிறு கிராமத்தில் இருக்கிறார். என் அம்மாவும் என் இரு சகோதரர்களும் மூன்று சகோதரிகளும் அங்குதான் இருக்கிறார்கள். நான் ஏர்மென் தேர்வு பெற்று பயிற்சிக்காகத் தாம்பரம் வந்து ஐந்து மாதங்களாகின்றன. இன்னும் பல மாதங்கள் கழித்துத்தான் நான் என் குடும்பத்தாரைப் பார்க்க முடியும். என்னைக் கண்டு பரிகசிக்காதீர்கள். பதினெட்டு வயதாகும் எனக்கு வீட்டைப் பற்றி ஏக்கம் வருவது சகஜம் என்றுதான் நினைக்கிறேன். உண்மையில் சில இரவுகளில் நான் இரகசியமாக விம்மிவிம்மி அழுதிருக்கிறேன். எனக்குப் பலமுறை இங்கிருந்து ஓடிப் போக வேண்டும் என்றிருக்கிறது. உங்களை முதன்முறை பார்க்க வந்தபோது நான் அந்த எண்ணத்தில் தான் இருந்தேன். அப்போது நீங்கள் யாரோ நான் யாரோ. ஆனால் உங்களைச் சந்தித்துப் பேசிய பிறகு என் திட்டங்கள் சிறிது சிறிதாக மாறத் தொடங்கின. நீங்கள் கடமையைத்தான் செய்தீர்கள். உங்கள் தொழிற்கூடம் எப்படி இயங்குகிறது என்று எனக்கும் என்கூட இருந்த மூவருக்கும் சுற்றிக் காண்பித்தீர்கள். உங்கள் தொழிற்கூடத்தைத்தான் நீங்கள் சுற்றிக் காண்பீத்தீர்கள். உங்கள் தொழிற்கூடத்தைத் தவிர வேறு எந்த விஷயத்தைப் பற்றியும் நீங்கள் பேசவில்லை. ஆனால் எனக்கு நீங்கள் ஒரு நவீன தொழிற்கூடத்தை மட்டும் சுற்றிக் காண்பித்ததாகப் படவில்லை. எங்கள் கிராமத்தைக் காட்டினீர்கள். எனக்குப் புரியாத உலகங்களையெல்லாம் காட்டினீர்கள். நான் அன்று ஓடிப்போயிருந்தால் ஒரு வார காலத்திற்குள் என்னைக் கண்டு பிடித்து கட்டிப்போட்டிருப்பார்கள். அது தெரிந்தும் நான் இந்த நரகத்தை விட்டு ஓடினால் போதும் என்ற எண்ணத்தில் இருந்தேன். ஆனால் உங்களைச் சந்தித்த பின் எனக்கு ஓடிப்போக வேண்டும் என்று தோன்றவில்லை. இன்னும் ஒருமுறை உங்களைச் சந்தித்துப் பேசியபின் அந்த முடிவு எடுக்கலாம் என்றிருந்தேன். இரண்டாம் முறை நீங்கள் என்னைச் சந்திக்க இசைந்திருக்க வேண்டியதில்லை. காரியாலய வெளிக் கதவிலிருந்தே என்னைத் திருப்பியிருக்கலாம். ஆனால் நான் உங்களை மீண்டும் சந்திக்க அனுமதி தந்தீர்கள். அன்றும் உங்கள் தொழிற்கூடம் பற்றித்தான் நான் பேசினேன். நீங்களும் என் பேச்சுக்குத்தான் பதில் சொன்னீர்கள். ஆனால் அன்றே நான் தீர்மானித்துவிட்டேன். இனி நான் ஓடிப் போக மாட்டேன்.

இந்த உறுதிமொழியை உங்களுக்கு நான் எதற்குத் தருகிறேன் என்று எனக்கே தெரியவில்லை. அதே நேரத்தில் உங்களிடம் என்

மனதைத் திறந்து கொட்டிவிட வேண்டும் என்றும் தோன்றுகிறது. நான் இந்தக் கடிதம் எழுதாவிட்டால் நிச்சயம் அடுத்த புதன் அல்லது சனிக்கிழமை எங்களுக்கு இடைவெளி தரும்போது உங்களிடம்தான் நேராக வந்திருப்பேன். வந்தவுடனேயே அழத் தொடங்கியிருப்பேன். அது தெரிந்துதான் இந்தக் கடிதத்தை எழுதுகிறேன். என்னால் அழாமல் கடிதம் எழுத முடியும். என் மனத்திலுள்ள துக்கம் எல்லாவற்றையும் அழாமல் கடிதமாக எழுத முடியும். ஆனால் நேருக்கு நேர் முடியாது. அதுவும் என் தந்தையிடம் முடியாது. என் தந்தைக்குக் கண் பார்வை போய்விட்டது. நீங்கள் என்னை உற்று நோக்கும்போது நான் அழாமல் இருக்க முடியாது.

எங்கள் பயிற்சி கடுமையானது. நான் இதுவரை ஒரு வகுப்பை தவற விட்டது கிடையாது. நான் ஏர்மென் தேர்வு பெற்றுவிட்டேனே தவிர நான் மிகவும் கெட்டிக்காரன் அல்ல. இந்தப் பயிற்சிக்கு நிறைய கெட்டிக்காரத்தனம் தேவைப்படுகிறது. ஆனால் அதைக்கூடச் சமாளித்துவிடுவேன். இன்னும் ஒன்றரை ஆண்டுகள் இருக்கின்றன. ஆனால் என்னுடைய இன்ஸ்டிரக்டரில் ஒருவனுக்கு என்மீது காரணமில்லாத துவேஷம் இருக்கிறது. என்னை வேண்டுமென்றே இமிசைப் படுத்துகிறான். வகுப்பில் மட்டுமல்ல. வெளியிலும். நான் இதை உங்களுக்கு எப்படிச் சொல்வதென்று தெரியவில்லை. நீங்கள் எந்த ராணுவப் பயிற்சிக் கூடத்திற்கும் சென்றிருக்க மாட்டீர்கள். ஆனால் துவேஷம் பாராட்டுவது என்னவென்று தங்களுக்கு நிச்சயம் தெரியும்.

இந்த இன்ஸ்டிராக்டர் மிகவும் கெட்டவன். என்னைத் தனியாகப் பார்த்து மிகவும் ஆபாசமான வார்த்தைகள் பேசுகிறான். எனக்கு அந்த வார்த்தைகளின் அர்த்தம் என்ன என்றுகூடச் சரியாகத் தெரியாது. இங்கு என் நண்பன் ஒருவனிடம் மட்டும் ஒருமுறை தெரிவித்தேன் ஆனால் அவனும் என்னைப் போலச் சிறுவன். நான் மிகவும் கிலி பிடித்திருக்கிறேன். நான் யாரையும் எதிர்த்துப் பேசி அல்லது எதிர்த்து நடந்தது கிடையாது. எனக்கு இந்தக் கஷ்டத்திலிருந்து எப்படி விடுபடுவது என்று தெரிய வில்லை.

இந்தத் தாம்பரத்தில் ஒரு தையற்காரன் இருக்கிறான். அவன் என் காம்ப்பில் எல்லாருக்கும் தெரிந்தவன். அநேகமாக எல்லா அதிகாரிகளும் அவனுக்கு மிகவும் வேண்டியவர்கள். அவன் உங்கள் பாஷை தான் பேசுகிறான் என்று நினைக்கிறேன். இங்கே சிவிலியன் உடைக்காகத் துணி தந்தார்கள். நான் எல்லாரையும் போல அந்தத் தையற்காரனிடம்தான் தைக்கக் கொடுத்தேன். எனக்கு அவனைப் பற்றி முன்பின் தெரியாது. அது அவசியமல்ல. எங்கள் குழுவில் யாருக்கும் அவனைத் தெரியாது.

ஆனால் அவன் எனக்கு ஒரு பெரிய எதிரியாக மாறுவான் என்று நினைக்கவில்லை. அவன் எனக்குத் தைத்த உடுப்பு சரியாக இல்லை. இடுப்பு மிகவும் பெரிதாகத் தைத்துவிட்டான். ஆதலால் அதைச் சரி செய்து தருவதற்காக எடுத்துச் சென்றேன். அவன் மிகவும் கோபப்பட்டதாகத் தெரிந்தது. நான் அவனிடம் நல்ல முறையில்தான் பேசினேன். ஆனால் அங்கேயே கூச்சல் போட்டு என்னை ஏதேதோ வைதான். நான் திரும்பி வந்துவிட்டேன். அவன் காம்ப்பிற்கு வந்து என்மீது புகார் செய்திருக்கிறான். நான் அவன் கடைக்குச் சென்று கலாட்டா செய்ததாகப் புகார் செய்திருக்கிறான். உண்மையில் நான் போன மறு தினந்தான் தாம்பரம் இரயில்வே ஸ்டேஷனில் பெரிய ரகளை நடந்திருக்கிறது. ராணுவத்திற்காக ஒரு கம்பார்ட்மெண்ட் ஒதுக்கப்பட்டிருந்திருக்கிறது. அன்று இரயிலில் நிறையக் கூட்டம். ராணுவக் கம்பார்ட்மெண்ட்டில் சில குடும்பங்களும் ஏறிவிட்டன. அவர்கள் பெட்டி படுக்கைகளை ராணுவத்தினர் கீழே விட்டெறிந்திருக்கிறார்கள். அன்று இரண்டு மணி நேரத்திற்கு இரயில்வே ஸ்டேஷனில் ஒரு சிறு யுத்தமே நடந்திருக்கிறது. மிலிட்டரி போலீஸ், சிவிலியன் போலீஸ் இருவரும் வந்து அதை நிறுத்தியிருக்கிறார்கள். சுமார் நூறு பேருக்குக் காயம் என்று சொல்கிறார்கள். இது நடந்து ஒரு வாரத்திற்கு நாங்கள் யாரும் வெளியிலேயே செல்லவில்லை. ஆனால் போன சனிக்கிழமை வெளியே போனோம். போகும் வழியில் அந்தத் தையற்காரன் எங்களைப் பார்த்துவிட்டான். 'உன்னை என்ன செய்கிறேன் பார்!' என்று என்னைப் பார்த்துக் கையைக் காட்டினான். நாங்கள் சினிமா பார்க்கச் சென்றிருந்தோம். தாம்பரத்திலேயே உள்ள சினிமாதான். இடைவெளியில் டீ குடிக்க வந்தபோது எங்களைத் தொடர்ந்து இரு குண்டர்கள் வந்துகொண்டிருந்தார்கள். நாங்கள் டீ குடிக்காமல் மீண்டும் சினிமா கொட்டகைக்குள் போய் உட்கார்ந்துவிட்டோம். எங்களுக்கு இந்த ஊர் மொழி இன்னும் சரியாகத் தெரியவில்லை. பயிற்சி முழுக்கமுழுக்க ஆங்கிலத்திலும் ஹிந்தியிலும்தான். எப்போதாவது வெளியே வந்தால் ஓரிரு சொற்கள்தான் உங்கள் மொழி தெரியவரும். அதுவும் காம்ப்பிற்குப் போய்விட்டால் மறந்துவிடும். நாங்கள் கொட்டகையில் நடுநடுங்கிக் கொண்டிருந்தோம். மீண்டும் படம் ஆரம்பித்துச் சில நிமிடங்களுக்கெல்லாம் ஒவ்வொருவராக வெளியே வந்துவிட்டோம். எல்லாருமாக வெளியே வருவதற்குப் பயமாக இருந்தது. ஏனென்றால் எங்களை மிகவும் எளிதாக அடையாளம் கண்டுகொண்டு விடலாம். இருந்தாலும் தனித் தனியாகத் தப்பிப்பது மேல் என்று தோன்றியது. அன்று எப்படியோ தப்பித்து ஓடி வந்துவிட்டோம். நேற்று அந்தத் தையற்காரன் மீண்டும் எங்கள் பயிற்சிக் கூடத்திற்கு வந்தான்.

எங்கள் அதிகாரிகள் எல்லோரும் அவனுக்குத் தெரிந்தவர்கள். அவன் என்ன சொல்லி போயிருக்கிறான் என்று தெரியாது. அவன் என்னைப் பார்த்துவிட்டான். எனக்குப் பயமாக இருக்கிறது. இந்தப் பயத்தை யாரிடம் சொல்வது என்று தெரியவில்லை. உங்களிடம் மட்டும் தெரிவிக்கலாம் என்று தோன்றியது.

உங்களால் எனக்கு உதவ முடியாது என்று தெரியும். எனக்கு யார்தான் உதவ முடியும்? எனக்கு ஏன் இப்படி எதிரிகள் தோன்றி யிருக்கிறார்கள்? நான் இவர்களை எதிர்த்து எப்படி நிற்க முடியும்?

உங்களுக்கும் எதிரிகள் உண்டு என்று நினைக்கிறேன். நான் உங்களைச் சந்திக்க வந்த இருமுறையும் உங்களையும் இமிசைப் படுத்துபவர்கள் உண்டு என்று தெரிந்துகொண்டேன். நான் கோள் சொல்வதாக நினைக்காதீர்கள். முதன்முறை உங்களிடம் எங்களைக் கொண்டுசேர்த்த ஆள் கெட்டவன். நாங்கள் புதியவர்கள் என்றுகூடப் பாராமல் உங்களை வைதபடியே வந்தான். அவன் என்ன வைதான் என்று புரியவில்லை. ஆனால் அவனும் கெட்ட வார்த்தைகள்தான் பயன்படுத்தினான்.

நாமெல்லோரும் பணக்காரர்கள் அல்லர் நீங்கள் எங்கள் வீட்டிற்கு வந்தால் ஒரு அழுக்குப் படுக்கை மீதுதான் உட்கார வேண்டும். உங்கள் வீடும் அதிகம் மாறுபட்டிருக்கும் என்று தோன்றவில்லை. ஏன் ஏழைகளே ஏழைகளைத் துன்புறுத்து கிறார்கள்? அவர்கள் பணக்காரர்களைத் துன்புறுத்த முடியாது என்ற காரணத்திற்காகப் பிற ஏழைகள்மீது அவர்கள் கோபத்தைத் தீர்த்துக்கொள்கிறார்களா? முதலில் ஏன் ஒருவரைப் பார்த்து ஒருவர் கோபப்பட வேண்டும்?

நான் இதெல்லாம் என் வீட்டாருக்குக்கூட எழுதவில்லை. என் அப்பாவால் படிக்க முடியாது. என் தம்பியோ தங்கையோதான் படித்துக் காட்ட வேண்டும். அவர்களுக்கு இது புரியாது. அப்பாவுக்குப் புரியும். அவர் மிகவும் வேதனைப்படுவார். கண்ணில்லாதவரை இன்னும் எதற்கு வேதனைப்படுத்த வேண்டும்? நீங்களும் வேதனைப்படுவீர்கள். ஆனால் உங்களால் அதைத் தாங்கிக்கொள்ள முடியும். நான் உங்களைத் தொந்தரவு செய்வதாக நினைத்துக்கொள்ளாதீர்கள். என் தந்தை போல நினைத்து உங்களிடம் இதை எல்லாம் கூறுகிறேன். உங்களுக்கு அவகாசம் இருக்குமானால் ஒருமுறை தாம்பரம் வந்து இந்தத் தையற்காரனிடம் பேசவும். எனக்கு அவன்மீது எந்தக் கோபமும் இல்லை. என்ன வந்தாலும் நான் ஓடிப் போக மாட்டேன்.

உங்கள் மகன்,

குருதயால்

○

> # 4
புனர்ஜன்மம்

சீதா வீட்டை விட்டுக் கிளம்பும்போது வாயிற்படியில் ஒரு கணம் தயங்கினாள். அம்மா சட்டென்று கண்ணில் தென்படவில்லை. வழக்கமாகப் "போய்விட்டு வரேம்மா" என்று சொல்லிவிட்டுப் போவதுதான். இந்த நான்கு ஆண்டுகளாக அவர்கள் உறவில் பெருத்த விரிசலும் ஏமாற்றமும் ஏற்பட்டபிறகுகூட இந்தப் பழக்கம் விட்டுப் போகவில்லை. ஆனால் இன்று அதை எளிதில் பூர்த்தி செய்ய முடியாது. சந்தர்ப்பமே நடக்கப் போவதற்குத் துணைபுரிவதாக அவளுக்குத் தோன்றியது. எப்போதோ – முப்பதாண்டு முன்பு எடுத்த புகைப்படம் – அம்மாவும் அப்பாவும் சேர்ந்து எடுத்துக்கொண்ட புகைப்படம் – சுவரில் தொங்கியது, அதை ஒருமுறை பார்த்துவிட்டுத் தன் செருப்பை மாட்டிக்கொண்டு சீதா தெருவில் காலடி வைத்தாள்.

மீண்டும் ஒரு பழக்கம் – தெருக் கோடிப் பிள்ளையார் கோயிலைப் பார்த்துத் தன் இரு கன்னத்தையும் தொட்டுக்கொள்வது – இதுவும் பொருத்தமாகப் படவில்லை. இந்தப் பிள்ளையார் எவ்வளவோ பேரை ஏமாற்றியிருப்பார். சீதாவையும் சரியாக ஏய்த்துவிட்டார். முகத்தருகில் கொண்டு போன கையை அவள் விலக்கிக்கொண்டாள். அவள் கண்கள், அவள் கை, அவள் கன்னம் – ஆனால் எல்லாம் தன்னிச்சையாகத்தான் இவ்வளவு நாட்களும் இயங்கிக்கொண்டு மொத்தமாக அவளைப் பைத்தியக்காரியாக்கிக் கொண்டிருக் கின்றன. இனியும் வேண்டாம் இந்த ஏமாளி நிலை. இன்று செய்யப்போவது ஒவ்வொன்றும் தானாக நிர்ணயிக்கிறபடிதான் இருக்க வேண்டும்.

இத்தீர்மானத்தின் முதல் கட்டமாக பஸ் ஸ்டாப்பில் நின்று கொண்டிருந்த 'கட் சர்விஸ்' பஸ்ஸில் அவள் ஏறி உட்கார வில்லை. அது இன்னும் கால்மணி நேரம் காத்திருந்தாலும் பரவாயில்லை, அந்தப் பத்துப் பதினைந்து நிமிட பஸ் பயணத்தை உட்கார்ந்தபடி முடிக்க வேண்டும் என்று ஏற்கனவே ஏழெட்டு பேர் பஸ்ஸில் ஏறி சௌகரியமாக உட்கார்ந்திருந்தார்கள். உட்கார்ந்து பயணம் செய்தால் இப்போது ஒரேடியாக வந்து குவியும் வாரப் பத்திரிகையில் ஒன்றிரண்டையாவது படித்து முடித்துவிடலாம். தப்பும் தவறுமாக லலித சகஸ்ரநாமத்தை முணுமுணுத்து முடிக்கலாம் ஒன்றுமில்லையானால் கீழே இறங்கும்வரை தலையைக் குனிந்துகொண்டு தூங்கலாம் – அல்லது கண்களையாவது மூடிவைத்துக் கொள்ளலாம்.

இன்று இந்தப் பைத்தியக்காரர்களோடு சேர்ந்துகொண்டு தானும் ஏதாவதொரு பைத்தியக்காரச் செயலில் ஈடுபடப் போவதில்லை. செயல். இதெல்லாம் செயலா? விழித்திருக்கும் நேரத்தை விழித்திருந்து கழிக்காமல் போக்குவது செயலா? பைத்தியக்காரத்தனம். வடிகட்டின பைத்தியக்காரத்தனம்.

அதன் திருஷ்டியே கோணப்பட்டு விட்டது போல ஒரு பஸ் ஒரு புறமாகச் சாய்ந்தபடி அங்கு வந்து நின்றது. பஸ் கால்படியில் தொத்திக்கொண்டிருந்த நான்கைந்து பேர் ஒரு சிறு இடைவெளிக்காக இறங்கிக் கீழே நின்றார்கள். அவர்கள் நடுவில் நுழைந்து சீதா பஸ்ஸில் ஏறிக் கொண்டாள். இருபதுக்கும் மேற்பட்ட ஆண்கள் அவளுடைய உடலின் மேற்பரப்பைப் பகிர்ந்துகொண்டார்கள். சீதா மேலும் நெளிந்து சுருங்கி உள்ளே முன்னேறினாள். பெண்களாகக் குவிந்திருந்த இடத்தை அடைந்தபோது இப்போது ஆண்களோடு பெண்களும் அவளிடம் பாகம் பெற்றார்கள். அவள் எவ்வளவோ முயன்றும் முடியாது போய்ச் சில பெண்களின் முகத் தோற்றத்தைக் கவனித்தேயாக வேண்டிய நிர்ப்பந்தம் ஏற்பட்டபோது அவளுக்கு உடலெல்லாம் கூசியது. இவர்களும் மனிதர்கள். தெரிந்து தெரியாமலும் இவர்களோடுதான் இயற்கையின் காற்றையும் தண்ணீரையும் உணவையும் பகிர்ந்துகொண்டு உயிர் வாழ வேண்டியிருக்கிறது என்று எண்ணிய அவளுக்குச் சித்திரவதைக்குள்ளாவதுபோல இருந்தது.

பஸ் ஜெமினி வளைவின் குதிரைவீரர்களை வலம் வந்து மவுண்ட்ரோடில் முன்னேறிக் கொண்டிருந்தது. பஸ்ஸில் நின்றுகொண்டு பயணம் செய்வதில் ஒரு அசௌகரியம் அல்லது சௌகரியம் சாலைப் புறத்தைப் பார்க்க முடியாது.

ஆனால் தினமும் ஒரே வழியாகப் பயணம் செய்வதில் பஸ் எந்த இடத்தைக் கடந்து சென்றுகொண்டிருக்கிறது என்று ஊகித்துவிடலாம். இதுகூட மனித சிருஷ்டி என்ற புதிரான அமைப்பில் தன்னிச்சையாக நடந்துவிடுவது. பஸ் ஆயிரம் விளக்கு மசூதியைக் கடந்து கொண்டிருந்தபோது சீதாவுக்கு உடலெல்லாம் வகை தெரியாதபடி துடித்தது. முதல் முறையாக பஸ் நின்றவுடன் சீதாவும் நெருக்கியடித்துக்கொண்டு கீழே இறங்கிவிட்டாள். அவள் வழக்கமாக இறங்கும் இடம் இன்னும் அரை மைல் தள்ளியிருந்தது.

அவள் இறங்கிய நேரமும் அவளுடைய வழக்கத்துக்குக் கால்மணியாவது முந்தியது. கடைகளாக உள்ள பல இடங்கள் இன்னும் திறக்கப்படவில்லை. ஆனால் தொழிற்கூடங்களாக உள்ளவைக்கு அதுதான் தொடங்கு நேரம். வெவ்வேறு அளவு எண்ணெய்ப் பசையும் அழுக்கும் படிந்த காக்கி அல்லது பழுப்பு நிறச் சீருடையணிந்த தொழிற்கூடப் பணியாளர்கள். சீருடைக்கேயுரிய காந்த சக்தி அவர்களைக் கூட்டம் கூட்டமாகக் குழுமச் செய்தது. இன்னும் திறக்கப்படாத கடை வாயிற்படிகளில் அவர்கள் நெருக்கியடித்து உட்கார்ந்துகொண்டு அவர்களுடைய உழைக்கும் நாள் தொடங்குவதற்கு முன்னிருந்த சில நிமிடங்களை உற்சாகமாக விழுங்கிக்கொண்டிருந்தார்கள். அந்தத் துளியளவு இடைவெளி அவர்களுக்குப் பெரிய விருந்தாக இருக்க வேண்டும்.

சீதா யார் கண்ணையும் சந்திக்காமல் நடந்தாள். தான் ஒரு பெண் என்ற உணர்வை அவள் பெற்ற முதல் சில நாட்களில் இப்படி நடப்பதை ஒரு தற்காப்பாகக் கொண்டிருந்தாள். ஆனால் இப்போது அப்படி நடப்பதுகூட ஒரு பழக்கமாகப் போய்விட்டது. பழக்கமாகிப் போய்விட்டது நினைவுக்கு வந்தவுடன் சீதா இன்னும் தீவிரமாகப் பிறர் கண்களைத் தவிர்த்தபடி நடந்தாள். கண்களைத் தவிர்க்கலாம், முகங்களைத் தவிர்க்கலாம். சாலையில் போகும் வண்டிகளைக்கூடப் பாராமல் தவிர்த்துவிடலாம். ஆனால் சாலையோரங்களில் பிரம்மாண்டமாக எழுப்பப்பட்ட கட்டிடங்களையும் தவிர்த்துவிட முடியுமா? அதுவும் அந்தக் கட்டிடம். சீதா அந்தக் கட்டிடத்தை அதன் உச்சியிலிருந்து கீழ் வரை பார்த்தாள். அதைப் பார்த்தபடியே சில விநாடிகள் பிறர் தன்னை இடித்துப் போவதைக் கூடப் பொருட்படுத்தாமல் நின்றாள்.

○

"ஏண்டி, நீ உன் ஆபீஸ் கிட்ட இருக்கிற பஸ் ஸ்டாப்லேந்து இல்லாமே வேறெங்கேயோ போய் பஸ் ஏர்றியாமே? நிஜமா?"

சீதா அதைக் காதில் போட்டுக்கொண்டதாகக் காண்பித்துக் கொள்ளவில்லை.

"ஏண்டி, நான் கேக்கறேன், ஒண்ணும் சொல்லாம போறியே?"

"உனக்கு என்ன சொல்லறது? சாயங்காலம் நீ அங்கே வந்து பஸ்ஸைப் பிடி. தெரியும்."

"இத்தனை நாள் இல்லையா? உனக்குத் திடீர்னு ஏன் இப்படி புத்தி போறது?"

"எப்படிப் போறது?"

"என்னமோ, இதெல்லாம் சுத்தமா நன்னாயில்லே?"

"எது நன்னாயில்லை?"

"நீ இப்படி இருக்கிறது."

"எப்படி இருக்கிறது? நீ எனக்கு என்னதான் பண்ணினே? கையாலாகாம இருக்கிறவ சும்மா வாயை மூடிண்டு இரு."

"இருக்கேண்டி. நான் வாயை மூடிண்டு இருக்கேன் ஆனா எல்லாரும் வாயை மூடிண்டு இருக்காளா?"

"ஏன், பாலு வந்தானா?"

இப்போது அம்மா காதில் போட்டுக் கொள்ளாது மாதிரி இருந்தாள்.

"நான் கேக்கறதுக்கு நீ பதில் சொல்லு. பாலு வந்தானா?"

"ஏன், வராம என்ன? அவன் வரக்கூடாதா? பெத்த பிள்ளை அம்மாவைப் பாக்க வரக் கூடாதா?"

"பெத்த பிள்ளை! அதான் பொண்டாட்டி பேச்சைக் கேட்டுண்டு தனியாப் போனானே, அவன்தான் உனக்குப் பெத்தப்பிள்ளை! உன்னைக்கூட வைச்சுண்டு வேலைக்குப் போயிண்டு உனக்குச் சோறு போட்டுண்டு இரண்டு நாளைக்கு ஒரு தரம் டாக்டர் கிட்ட போய் உன்னைக் காட்டி மருந்து வாங்கித் தந்துண்டு உன்னைப் பாத்துக்கறாளே, அவ பெத்த பொண்ணா இல்லை – அப்படித்தானே?"

அம்மா வாயைத் திறக்கவில்லை.

"வீட்டுக்காரன் இப்போகூட ஐநூறு போய் அடவான்ஸ் கேக்கறானே, அதை உன் பிள்ளை கிட்ட சொல்லிக் கேக்கறது தானே?"

"பாலுவும் ஏதோ கொடுத்துட்டுப் போயிருக்கான்."

அசோகமித்திரன்

“என்ன கொடுத்தான்? நான் போன மாசம் அம்பது ரூபா கொடுடான்னு கேட்டேன். நாளைக்குப் பாக்கலாம்னு சொன்னான். அப்புறம் கண்ணிலே காணவேயில்லை. இப்போ நான் வீட்டிலே இல்லாதப்போ வந்து உங்கிட்டே கொடுத்துட்டுப் போயிருக்கானா?”

“நீ வீட்டிலே எங்கேடி இருக்கே? ஒரு நாள் போல இராத்திரி எட்டு மணிக்கும் ஒன்பது மணிக்குத்தானே வரே?”

“நான் வரது இருக்கட்டும். அவன் எவ்வளவு கொடுத்தான்? நூறு கொடுத்தானா? இருநூறு கொடுத்தானா?”

“ஏதோ அவனால முடிஞ்சுது கொடுத்தான்.”

“கொடுத்தான், கொடுத்தான். பாதி பாட்டில் ஹார்லிக்ஸ் கொண்டுவந்து கொடுத்திருக்கான்.”

“அதுக்குக்கூட இங்கே வழியில்லையே?”

“உன் வழிக்குப் பெண் சம்பாதிச்சுப் போட்டுத்தான் ஆகணுமா? அந்த ராஸ்கலுக்கு பொண்டாட்டி மச்சினன் மச்சினியையோ, அம்பது ரூபா செலவழிச்சுண்டு சினிமாவுக்குப் போக முடியறது, அம்மாவை வச்சுண்டு சோறு போட முடியலையாக்கும்!”

“நீ எங்கே பாத்தே?”

“எங்கேயோ பாத்தேன். தங்கைக்கு முப்பது வயசாகிறது. ஒழுங்காக் கல்யாணம் பண்ணிக் கொடுக்கத் துப்பில்லை, கொடுத்தானாம் அம்மாக்கு! அந்த அயோக்யப் பயலை – வரட்டும். காறித் துப்பறேன் மூஞ்சீலே!”

“அவன் தாண்டி உன் மூஞ்சியிலே காறித் துப்பணும்! உன்னை இப்போ ஒழுங்கா யாருடி கல்யாணம் பண்ணித் தர முடியும்?”

இப்படித்தான் ஆரம்பித்தது.

○

ஒழுங்கான கல்யாணத்துக்குத்தான் சீதா காத்திருந்தாள். உறவுக்காரப் பெண்கள், அடுத்த வீட்டுக்காரப் பெண், அவளோடு படித்தவர்கள், விளையாடினவர்கள் யாருக்காவது கல்யாணம் என்றபோது மிகுந்த உற்சாகத்துடன் முதல் நாளே போனாள். அசட்டு ஹாஸ்யத்தில் கலந்துகொண்டாள், சிரித்தாள். மாப்பிள்ளை அழைப்பில் ஊர்வலம் வந்தாள். மணப்பெண் அலங்காரத்தில் உதவினாள். போட்டோ எடுக்கும்போது சிரித்த

முகமாக நின்றாள். தாலி கட்டியவுடன் மணப் பெண்ணின் கையைக் குலுக்கினாள். மாலை கச்சேரிக்குக் கல்யாண மண்டப வாசலில் சந்தனம் கற்கண்டு தட்டுடன் வரவேற்க நின்றாள். முதலில் இச்செய்கைகளில் அவளுக்கென ஒரு எதிர்பார்ப்பு இருப்பதாகத் தெரியவில்லை. ஆனால் போகப்போக இதற்கெல்லாம் முயற்சி தேவைப்பட்டது. நெற்றிக்குக் குங்குமம் இட்டுக் கொள்ளும்போது சிறிது கோணினால் எரிச்சல் வந்தது. எவ்வளவு நீவி விட்டுக் கொண்டாலும் புடவை முன் கொசுவம் நேராக வராத மாதிரி தோன்றியது. எந்தப் புடவைக்கும் எந்த பிளவுசும் சரியாக இல்லை. தலையை வாரிப் பார்த்தபோது ஒரு சமயம் மிகவும் இறுகி இருந்த மாதிரி இருந்தது. இன்னொரு சமயம் மிகவும் தளர்ந்து இருந்தது. மாப்பிள்ளை அழைப்பு ஊர்வலங்கள் மிக நீண்ட தூரம் நடக்க வேண்டியது போலிருந்தது. கல்யாண விருந்துகள் அலுப்புத் தட்டின. ஒரே பச்சடி, ஒரே பாயசம், ஒரே அப்பளம்.

ஒவ்வொரு கல்யாணத்திற்கும் எவ்வளவு பேர் காரணமா யிருந்தார்கள்! அப்பா, அம்மா, பாட்டி, மாமா, சித்தப்பா, ஒன்றுவிட்ட அத்தை, இரண்டு விட்ட மாமி, தூரத்து உறவு முறையில் பெரியப்பா . . . அவளுக்கும் அம்மா இருந்தாள். அண்ணன் இருந்தான். ஒரு மாமா லக்னோவில். அத்தை கிடையாது. ஆனால் அப்பாவின் சித்தி சித்தப்பா பெரம்பூரில் இருந்தார்கள். அவளுடைய அண்ணன் ஜாதகத்தைக் கேட்டு ஒருநாள் அந்தப் பாட்டி வந்திருந்தாள். அப்போதெல்லாம் பாலு கல்யாணமே வேண்டாம் என்று சொல்லிக்கொண்டிருந்தான். சீதாவுக்கு முடிந்த பிறகுதான் எல்லாம். ஆனால் சீதாவுக்கு எப்படிக் கல்யாணம் முடியப் பெறும்? ஜாதகம் சரியில்லை என்றார்கள். வேலை இன்னும் பர்மனண்ட் ஆகவில்லையா என்றார்கள். யோசித்துப் பார்த்துக் கடிதம் எழுதுகிறோம் என்றார்கள். நீங்கள் வந்து அலைய வேண்டாம். நாங்களே சொல்லி அனுப்புகிறோம் என்றார்கள். சீதாவுக்குச் சிறிது சிறிதாகச் சில விஷயங்கள் புலப்படத் தொடங்கின. ஒழுங்கான கல்யாணத்துக்குப் பெண் பார்க்க சுமாராக இருந்தால் மட்டும் போதாது. பொறுப்பேற்றுக் கொண்டு முன் வந்து பதில் சொல்ல மனிதர்களும் வேண்டியிருக்கிறது. அந்த மனிதர்கள் பணத்தாலோ பதவியாலோ செல்வாக்கு பெற்றவர்களாக இருக்க வேண்டியிருக்கிறது. அவர்களுக்குப் பேசத் தெரிய வேண்டி யிருக்கிறது. பெண் பார்க்க வரும் நாளன்றே ஐம்பது நூறு என்று செலவழிக்கத் தயக்கம் வராதிருக்க வேண்டியிருக்கிறது. இப்படி ஏழெட்டுப் பேர் வந்து பார்த்தாயிற்று. பத்தாயிரம் ரூபாய் இருந்தால் கல்யாணம் செய்துவிடலாம் என்ற நாள்மாறி

இருபது முப்பது என்று விரிந்துகொண்டிருந்தது. கல்யாணச் சத்திரமே ஆயிரத்தைந்நூறுக்குக் குறைந்து முடியாது. அம்மாவே கல்யாண முயற்சிகள் என்று பேச்சு வந்தபோது சிறிது மெதுவாக அடியெடுத்து வைப்பது போலிருந்தது. பிள்ளையார் கோயில் குருக்களிடம் ஜாதகப் பொருத்தம் பார்த்து வர முன்போல் உடனுக்குடனே போவதில்லை. ஒரு ஜாதகம் பொருந்தியிருக்கிற தென்று சொன்னபோது அந்தப் பையன் வீட்டாரைப் போய்ப் பார்க்க பாலுவை உடனுக்குடனே அனுப்ப வில்லை. திடீரென்று ஒரு நாள் பாலுவையும் சீதாவையும் அடுத்த தெருக்காரர்கள் இருவரையும் அழைத்துக்கொண்டு பாலுவுக்கு ஒரு பெண் பார்த்துவிட்டு வந்தாள். அடுத்த மாதம் சீதாவுக்குக் கல்யாணத்துக்காக பாங்கில் போட்டிருந்த பணத்திலிருந்து இரண்டாயிரம் ரூபாய் எடுத்து மணப்பெண்ணுக்குப் புடவை யும் ஒரு திருமங்கலியமும் வாங்கினாள். அம்மாவுக்கே பெரிதாக உடம்புக்கு வந்து ஆபரேஷன் செய்தாக வேண்டும் என்றான போது பாலு இன்னும் மூவாயிரத்தை வாங்கி வந்து செலவு பண்ணினான்.

இப்போது இதெல்லாம் கூடப் பழைய கதை. இரண்டு முறை வீடு மாற்றியாயிற்று. பாலு தனியாகப் போய்விட்டான். சீதாவும் மாறிவிட்டாள்.

○

அந்தப் பெரிய கட்டிடத்தின் ஐந்தாவது மாடியில் ஓர் அலுவலகத்தின் நீண்ட காரிடார் இன்னும் அன்றைய போதுக்காகத் தயார் செய்யப்படவில்லை. வரிசையான அறைகளுக்கு வெளியே அட்டெண்டர்கள் உட்கார்ந்திருக்கும் சிக்கன உருஸ்டூல்கள் இன்னும் ஒழுங்கு படுத்தப்படவில்லை. சில அறைக்கதவுகளே திறந்திருந்தன. கூர்க்கா அவனுடைய இரவுக் பணியின் கடைசி வேலையாக எல்லா ஜன்னல் கதவுகளையும் திறந்து எல்லா மின்சார விசிறிகளையும் வேகமாகச் சுழல விட்டிருந்தான். முந்திய தினத்துக் காற்று முழுதாக வெளியேற்றப்பட வேண்டும். வலது சாரியில் கடைசி அறைக்கு முந்திய கதவு திறந்திருந்தது. சீதா அங்கு போனபோது அங்கிருந்த மேஜை நாற்காலிகளைத் துடைத்துக்கொண்டிருந்தவன் சீதாவைப் பார்த்து, “என்னம்மா இவ்வளவு காலையிலேயே வந்துட்டீங்க? ஐயா இன்னும் வீட்டை விட்டே கிளம்பியிருக்க மாட்டாரே,” என்றான்.

“ஐயாவைப் பாக்க வரலை. எனக்குத் தகவல். கடிதம் ஏதாவது வைச்சிட்டுப் போயிருக்காரான்னுதான் பாக்க வந்தேன்.”

“இருங்க, பாக்கறேன்.”

அவன் மேஜை மீதிருந்த காகிதங்களை எல்லாம் புரட்டிப் பார்த்தான்.

"டிராயரையும் பாரு."

"எல்லாம் பூட்டிட்டுப் போயிருக்காரம்மா."

"உங்கிட்டே ஒண்ணும் சொல்லலையா?"

"இல்லேம்மா."

சீதா ஒரு நாற்காலியில் உட்கார்ந்துகொண்டாள்.

"உங்களுக்குத் தெரியுமில்லையா? நேத்து அவங்க சம்சாரமே இங்கே வந்து சத்தம் போட்டுப் போனாங்க."

"தெரியும்."

"இது உங்களுக்கே நல்லாயிருக்குதாம்மா? இங்கே உங்களை எல்லாருமே ரொம்பக் கேலியா பேசறாங்க."

சீதா பதில் பேசாமல் உட்கார்ந்திருந்தாள்.

"நான் சொல்லறேனேன்னு தப்பா நினைச்சுக்காதீங்க. அம்மா, நீங்களும் நல்ல குலம் கோத்திரத்திலேந்து வரீங்க. எல்லாருமே மரியாதைப் பட்டவங்க. அந்த அம்மா வந்து சத்தம் போட்டப்போ இவரு எவ்வளவு சிறுத்துப் போயிட்டாரு. தெரியுமா?"

"என்னன்னு சத்தம் போட்டாங்க?"

"அதை நான் என்னம்மா சொல்லறது? உங்களுக்கே தெரியாதா?"

"ரொம்ப நாள் இவரு கல்யாணம் ஆனவருன்னே எனக்குத் தெரியாது."

"அது எப்படீம்மா தெரியாத போயிடும்? சரி, ஏதோ தொடர்பு ஏற்பட்டுடுச்சு. ஆனா விவரம் தெரிஞ்சவுடனே நீங்க ஒதுங்கிடணும், இல்லியா?"

சீதா பதில் பேசவில்லை.

"அந்த அம்மா ரொம்ப வண்டைவண்டையாத் திட்டினாங்க. உங்க ஜாதிப்பேரு சொல்லி அந்தத் தேவடியாளை அவுங்க உறவுக்காரங்க வீட்டுத் தெருவிலே துணியில்லாம துரத்தியடிக்கிறேன்னாங்க. இது எதுக்கும்மா உங்களுக்கு? உங்க ஜாதியிலேயே ஒரு நல்ல பிள்ளையாண்டானாப் பாத்து குடியும் குடித்தனுமா இல்லாம – இவரோ பிள்ளை குட்டிக்காரரு."

அந்தப் பிள்ளை குட்டிக்காரர் வேறு வீடு மட்டும் ஏற்பாடு பண்ணத் தயாராயிருந்தார். ஒரு வீடு கூடப் பார்த்துவிட்டு வந்து சீதாவைக் கொண்டு போய்க் காண்பித்தார். புதிதாகக் கட்டப்படும் வீடு. இன்னும் சிறிது வேலை பாக்கி. மாடியில் ஒற்றையறைப் போர்ஷன்.

மாடி மாடி மாடி. சீதா மாடியிலிருந்து கீழே தெருவைப் பார்த்தாள். தெரு முழுக்கக் கோழிகளாகத் தென்பட்டன. கோழிகள் மாடிக்கு வந்துவிட முடியாது. ஆனால் அவற்றை வேகவைக்கும்போது ஆதி கோழியிலிருந்து அன்று பொரித்த கோழிக்குஞ்சு வரை எல்லாமே அந்த அறைக்கு வந்துவிடும். மாடி ஆவிக்குகந்தது. சீதாவும் மாடி சீதாவாகி விடுவாள். ஒரு குழந்தை குட்டிக்காரர் வந்துபோகும் மாடி வீட்டுக்காரியாகி விடுவாள்.

"இது எனக்குக் கொஞ்சம் கூடப் பிடிக்கலை."

"எதைப் பிடிக்கலேங்கறே?"

"இந்த மாதிரிப் பிழைப்பு."

"அப்ப சரி, நீ அம்மா கூடவே இரு."

"நம்ப திருட்டுத்தனமா ஒவ்வொரு தடவையும் ஒவ்வொரு இடமா தேடிண்டு போவோம்."

"அதான் சொன்னேன், நீ இப்படி வந்து இருந்துட்டா கௌரவமாயிருந்துடும்."

"வைப்பாட்டி மாதிரி இருக்கிறதுலே என்ன கௌரவம்?"

"இத பார், இந்தப் பேச்சை மறுபடியும் மறுபடியும் எடுக்காதேன்னு எவ்வளவு வாட்டி சொல்லிருக்கேன்?"

"என்னாலே இதை மறுபடியும் மறுபடியும் பேசாம இருக்க முடியாது. இதுக்கு ஒரு ஒழுங்கான முடிவு இப்பவே தெரிஞ் சாகணும். கையோட கோயிலுக்கு வந்து தாலி கட்டிடுங்க."

"தாலி கட்டிட்டா ஆயிடுத்தா?"

"ஆயுடுத்தோ என்னமோ ஒரு நாலு பேரு முன்னாலே தெய்வத்து முன்னாலே என் கழுத்திலே தாலி கட்டிடுங்க. உங்க வீட்டுக்கே அழைச்சுண்டு போங்க."

"அழைச்சுண்டு போனா அவ சும்மா இருப்பாளா?"

“அவ எப்படி இருந்தாலும் சகிச்சுக்கறேன். ஆனா நீங்க எப்பவோ வந்துபோற மாதிரி ஒரு வீட்டிலே கொட்டு கொட்டுன்னு முழிச்சுண்டு இருக்க மாட்டேன்.”

“இத பாரு, சீதா. உனக்கு மல்லிகா விஷயம் தெரியாது. ஒண்ணுமில்லாத்துக்கெல்லாமே ஊரைக் கூட்டி ஒப்பாரி வைக்கிறவ. அப்புறம் பசங்களும் வேறே இருக்காங்க. அவுங்க எப்பவுமே அம்மா பக்கம்.”

“பின்னே ஏன் என்னை இப்படி நடுத்தெருலே நிறுத்தி யிருக்கீங்க?”

“இப்படி எல்லாம் பேசிடாதே, சீதா. நான் உன்னை நடுத்தெருலியா நிக்கச் சொல்லறேன்? விஷயம் சரியா புரிஞ்சுக்காதபடி நீ பாட்டுக்கு ஏதாவது நினைச்சுண்டா?”

“அப்ப நீங்க என்னைக் கல்யாணம் பண்ணிண்டு எங்க வீட்டுக்கு வந்திடுங்க.”

“உன் வீட்டுக்கா? உன் அம்மா?”

“ஏதோ இரண்டு நாள் கோச்சுண்டு சாப்பிடாம இருப்பா. அப்புறம் எல்லாம் சரியாப் போயிடும்... என்ன பதில் பேசாம இருக்கீங்க?”

“அதெல்லாம் முடியாது, சீதா.”

“எது முடியாது?”

“நீ சொல்றபடி நடக்க முடியாது.”

சீதா அந்த மனிதனை உற்றுப் பார்த்தாள். குட்டை உருவம். தலையில் பக்கவாட்டில் வழுக்கை விழுந்து நடு மயிர் தலைமேல் இழுத்துவிட்டு கருநாமம் போல இருந்தது. தொளதொளவென்று ஸ்லாக் ஷர்ட். ஆனால் அது முன்னால் நீட்டிக்கொண்டிருக்கும் தொந்தியை மறைக்க இயலாததாயிருந்தது. காரியாலயத்திற்கு விடுமுறை என்றால் முகக்ஷவரம் செய்துகொள்ளத் தோன்றாத மனிதன். முகத்தைக் கோரப்படுத்த அப்போதே நரைக்கத் தொடங்கிய தாடி மீசை போல எதாலும் முடியாது. ஆனால் அந்த ஆள் மனதிலுள்ள மீசை நரைக்கத் தொடங்கி வெகு நாட்கள் ஆகியிருக்க வேண்டும். மீசை முளைக்க ஆரம்பித்தபோதே நரை மயிராக இருக்க வேண்டும். எதற்கெடுத்தாலும் பயப்படும் இந்த மனிதனுக்காக அவள் அம்மா, அவளுடைய சமுதாயம் சாதாரண நிலையில் அவளுக்குத் தரக்கூடிய பாதுகாப்பு, சில நூறு ஆண்டுகளாகக் கௌரவம், ஒழுங்கான நடத்தை

என்று கருதப்படுபவை அமைத்துக் கொடுக்கும் உப்புச் சப்பற்ற ஆனால் ஓய்வான வாழ்க்கை முறை, இதெல்லாவற்றையும் அவள் உதறித் தள்ளிவிட்டு வந்திருக்கிறாள். ஆனால் அவனோ அவனுடைய வசதி, அமைப்பு எதையும் விட்டுக் கொடுக்கத் தயாரில்லை. இரவில் அவனுடைய பெண்டாட்டி குழந்தைகளுடன் சாப்பிட்டுப் படுத்துக்கொள்ளும் பழக்கத்தை ஒருநாளைக்குக் கூட விட்டுக்கொடுக்கத் தயாரில்லை. தீரமும் இல்லை. தியாகமும் இல்லை. துணிவும் தோற்றமும் இல்லை. இப்படிப்பட்டவன் அவனாக வந்து என்னை மயக்கினானா அல்லது நானாகச் சென்று மயங்கி விழுந்தேனா? உண்மையில் செடிகொடி மரம் மட்டை போலத் தன் வாழ்க்கையைக் கடத்திக் கொண்டிருந்தவனை நான்தான் தேடிப் பிடித்து மயக்கப் பார்த்துக்கொண்டிருக்கிறேனா? இந்த மொந்தை மொழுக்கை விட்டால் எனக்கு ஒரு ஆணும் கதியில்லை என்று நான்தான் இந்த சீதைக்கேற்ற ராமன் இவன்தான் என் இவனுக்கு வலை வீசிக் கொண்டிருக்கிறேனா?

○

மவுண்ட்ரோடில் அந்தக் கால் மைல் இடைவெளிக்குள் இயங்கும் இருநூற்று அறுபது அலுவலகங்கள் மற்றும் கடைகளில் வேலை பார்ப்பவர்கள் ஒருவரையொருவர் தெரிந்துகொள்ளாமல் ஒரு வாரம் அல்லது அதிக பட்சமாக ஒரு மாதம் வேண்டுமானால் இருந்து விடலாம். ஆனால் அதற்கும் மேலும் அடையாளம் கண்டுகொள்ள முடியாத அனாமதேயர்களாக அவர்களுக்குள் இருக்க முடியாது. நேரடியாகச் சந்திப்பு அல்லது பேச்சு வார்த்தை நேராது போனாலும் யார் எங்கிருந்து வருகிறார்கள், என்ன படிப்பு, என்ன தகுதி சம்பளம், அவர்களுடைய தாராளம் அல்லது கஞ் சத்தனம், உடைப் பழக்கங்கள், அவர்களுக்குள் உண்டாகும் தீவிர உறவுகள் இதெல்லாம் ஓரளவுக்கு எல்லாருக்கும் தெரிந்துவிடும். காலையிலும் பிற்பகல் உணவு இடைவேளையிலும் மாலையிலும் பார்த்துக்கொள்வதினாலேயே எவ்வளவோ இரகசியங்கள் அடுத்தடுத்துத் தெரியவந்ததினால்தான் தனக்கும் இப்படி ஒரு இரகசியத்துக்கு உடையவளாகத் துணிச்சல் வந்ததோ என்ற சந்தேகம் சீதாவுக்கு உண்டு. ஆனால் எப்போதோ ஒரு முறை தயக்கமும் சந்தேகமும் கொள்வதால் மட்டும் ஒரு கண நேரத்தின் துணிச்சலின் விளைவுகளை எப்போதும் அனுபவிப்பதிலிருந்து தப்பித்துக்கொள்ள முடியாது.

சீதா ஐந்தாவது மாடியிலிருந்து கீழே இறங்கி சாலைக்கு வந்தாள். தெருவில் போக்குவரவு இன்னும் தீவிரமடைந்திருந்தது. வரிசையாக நான்கு பெரிய கட்டிடங்களைத் தாண்டினால்

அவளுடைய காரியாலயம் வந்துவிடும். பத்து நிமிடங்களில் அது இயங்கத் துவங்கிவிடும். சீதா விரைவாக அவள் காரியாலயம் உள்ள கட்டிடத்தினுள் நுழைந்தாள். தானியங்கி லிப்ட் கீழே வந்ததும் காத்திருந்த ஏழெட்டுப் பேர்களுடன் அவளும் அதில் தன்னைத் திணித்துக்கொண்டாள். அவளுடைய காரியாலயம் கீழேதான். பகல் வேளை மட்டும் இரண்டாவது மாடிக்குச் சென்று அங்கு இன்னும் இரு பெண்களுடன் அவள் டிபன் சாப்பிடுவது வழக்கம். லிப்ட் மூன்றாவது மாடியில் நின்று அடுத்து நான்காவதுக்குக் கிளம்பிற்று. சீதா லிப்ட் பொத்தான் அருகில் போவதற்குள் ஒருவன் 'ஐந்து' எண்ணை அழுத்தினான். அதுதான் கடைசி மாடி. அங்கே அவளும் அவனும்தான் லிப்டை விட்டு வெளியேறினார்கள். சீதா அவன் போவதற்கு வழி விட்டுவிட்டுச் சிறிது மெதுவாகவே நடந்தாள். அவன் ஓர் அறைக்குள் சென்று மறைந்தவுடன் சீதா இடது காரிடாரில் விரைந்து சென்றாள். அங்குதான் மாடிப்படி இருந்தது. மொட்டை மாடிக்குப் போவதற்கு இருந்த வழிக்குக் கதவு இழுத்து மூடியிருந்தது. ஆனால் அந்தக் கதவுப் பிடியிலேயே பொருத்தியிருந்த பூட்டின் பிடியை எதிர்ப்பக்கம் திருப்பினால் திறந்துவிடலாம் என்று அவளுக்குத் தெரியும். அந்த இருபக்க வழுக்கைத் தலைப் பிள்ளை குட்டிக்காரன் அவளுக்குக் கற்றுக் கொடுத்ததில் இதுவும் ஒன்று. அந்தப் பாடத்தை அவளுக்குக் கற்றுக் கொடுத்தது அவனும் அவளும் அந்த மொட்டை மாடியைச் சில தருணங்களில் வீடாகப் பயன்படுத்தியிருக்கிறார்கள். இன்னும் யார்யாரோ அந்த இடத்தை அப்படிப் பயன்படுத்தியதில் சின்னங்கள் அங்குமிங்கும் காணப்படும். ஆனால் சீதாவை எப்போதும் சங்கடப்படுத்தியது மேலே விரிந்து கிடக்கும் ஆகாயந்தான்.

சீதா கதவைத் திறந்து மொட்டை மாடியை அடைந்தாள். நல்ல வேளை, அங்கு யாருமில்லை. ஆனால் வெயிலுடன் காற்றும் அப்போது பலமாக இருந்தது. மொட்டை மாடியின் ஒரு கோடியில் ஏர் கண்டிஷனில் கூலிங் டவர் பேரிரைச்சலோடு இயங்கிக்கொண்டிருந்தது. அங்கு தாரைதாரையாக விழுந்த தண்ணீர் காற்று வேகத்தில் சீதா மீது மழைச்சாரல் போலத் தெறித்தது.

சீதா கைப்பிடிச்சுவரைப் பிடித்துக்கொண்டு எட்டிப் பார்த்தாள். அது கட்டிடத்தின் முன் பக்கம். முதல் மாடியில் நீட்டிக்கொண்டிருந்த விசாலமான ஸன்ஷேட் தரையை மறைத்துக் கொண்டிருந்தது. அவ்வளவு உயரத்திலிருந்து பார்த்த போது கூட அந்த ஸன்ஷேட் மீது ஏகப்பட்ட குப்பை – பழத்தோல், காலி சிகரெட் பெட்டிகள், நெருப்புப் பெட்டிகள் கிடப்பது தெளிவாகத்

தெரிந்தது. சீதா மொட்டை மாடியிலேயே இன்னொரு பக்கம் சென்று எட்டிப் பார்த்தாள் அந்த இடத்திலிருந்து நேரே கீழே தரையைப் பார்க்க முடிந்தது.

சீதா கைப்பிடிச் சுவர் மீது ஏறி நின்றுகொண்டாள். அவ்வளவு உயரத்திலிருந்த அவளை உலகத்தில் அந்நேரத்தில் கவனிக்க யாரும் இல்லை. நிதானமாக ஒரு முறை மூச்சிழுத்து சுவாசம் விட்டாள். யாரிடமும் தனியாக இந்தக் காரியத்திற்கு விடை பெற்றுக்கொண்டு வரவில்லை. அம்மாவிடம் போய் விட்டு வருகிறேன் என்று சொல்லிக் கிளம்பியிருக்கலாம். இந்த 'இருக்கலாம்' என்பதை எவ்வளவோ விஷயங்களோடு பொருத்திப் பார்த்து ஏக்கப் பெருமூச்சு விடலாம். அல்லது வருத்தப்படலாம். இந்த 'இருக்கலாம்' தத்துவத்துக்கு வருத்தப்படுகிறவர்கள் ஆயுள் காலம் முழுக்க வருத்தப்பட்டுக் கொண்டேயிருக்க வேண்டும். இருப்பார்கள்.

இதோ அவளே இல்லை? முப்பத்திரண்டு வயதுக் கிழவி. அம்மா தன் இயலாமையை உணர்ந்திருப்பதால் இவளை இன்னும் பொருத்தமாகப் பெயர் வைத்து ஏசவில்லை. வையவில்லை. அந்த வழுக்கைத் தலை நரைத்த தாடி மனிதன் உண்மையில் ஆசுவாசப் பெருமூச்சு விடுவான். அவனுடைய தாட்சண்ய குணந்தான் அவளைப் பயந்தாங்குள்ளியாக்குகிறது. அல்லது அவனுடைய தொடை நடுங்கும் சுபாவம் தாட்சண்யம் என்ற ஊதாரிப் போக்குக்கு இடந் தந்திருக்கிறது. கொஞ்சம் அழுவான். அழும்போதே சங்கடம் தானாகத் தீர்ந்துவிட்டது என்ற ஆறுதலும் கூடவே தொனிக்கும் கடைசியில் போயும் போயும் இப்படிப்பட்டதொரு பேர் வழி காரணமாக இவ்வளவு தீவிரமான காரியம் நிகழ்கிறதே? சாவதற்குக்கூட நல்ல மகத்தான காரணங்கள் கிடைப்பதில்லை. அதற்கும் கொடுத்து வைத்திருக்க வேண்டும். பெண்ணாகப் பிறந்தபோதே கொடுத்துவைத்தது மிகவும் குறைவு என் தெரிந்துவிடுகிறது. ஆனால் தன்னையே வைத்து எவ்வளவோ பேர் பொறாமைப்படக் கூடும். அவளுக்கென்ன, ஒழுங்காகச் சம்பளமும் போனஸும் தரும் கம்பெனியில் வேலை, ஒருவரை எதிர்பார்க்கத் தேவையில்லாத சூழ்நிலை, கல்யாணம் என்று ஆகாது போனால் என்ன, ஏதோ நான்கு பேர் இப்படியும் இருப்பார்கள். அப்படியும் இருப்பார்கள் . . . யாருக்குத் தெரியும் ஒவ்வொரு நிமிஷமும் அவள் மனம் குன்றிக் குதறப்பட்டுச் சீர் குலைந்து போவதை? யாரைக் கோபித்தும் யார் காலில் விழுந்தாலும் விமோசனம் கிடையாது என்று மனதுக்குத் தோன்றியவுடன் இந்த வாழ்க்கையும் இந்த உலகமும் எவ்வளவு பளுவும் கசப்பும் அடைந்து, இந்த உடம்பே பிசாசைப்போல

ஆகிவிடுகிறது என்று எவ்வளவு பேருக்குத் தெரியும்? தன்னைப் போலப் பிசாசாகப் போகிறவர்களுக்குத்தான் தெரியும்.

முழுப் பிரக்ஞையுடன் எந்த தெய்வத்தையும் நினையாமல் யாருக்கும் நன்றி தெரிவிக்காமல் எவரையும் சபிக்காமல் சீதா அந்த மொட்டைமாடிக் கைப்பிடிச் சுவரிலிருந்து கீழே குதித்தாள். அப்போதுகூடப் புடவை பறந்துவிடக் கூடாதென்று புடவையின் முன்கொசுவத்தைத் தன் இரு கால்களுக்கிடையில் நெருக்கிப் பிடித்துக்கொண்டிருந்தாள். அவள் அந்தரத்தில் ஒரு மாடியளவு தூரம் விழுவதற்குள் அவளுடைய நினைவு தவறிவிட்டது, பிரக்ஞை தவறிய அவளுடைய உடல் இன்னொரு மாடி தூரம் விழுவதற்குள் அவள் விழுவதால் திடீரென்று ஏற்பட்ட காற்றழுத்த மாறுதலைத் தாங்க இயலாத அவளுடைய சுவாசம் மூச்சடைத்து நின்றுவிட்டது. இன்னொரு மாடி கடப்பதற்குள் அவளுடைய தலைப்பாகம் கீழுக்குத் தழைந்துவிட்டது. அது தரையில் மோதிச் சிதறியபோது சீதா இறந்துபோய் ஒரு விநாடிக்குச் சற்று குறைவாகவே இருந்தது.

5
இனி நாம் செய்ய வேண்டியதுதான் என்ன?

அந்தப் பள்ளிக்கூடத்தின் மாடி ஹாலில் கரும்பலகையில் எழுதியிருந்த வாசகங்கள் கூட்டம் துவங்கிய பிறகுதான் ராமபத்திரன் கண்ணில்பட்டது. அது ஹிந்தியல்ல வங்காள மொழியாயிருக்குமோ? குர்முகி, குஜாரத்தி, மராட்டி எதுவாக வேண்டுமானாலும் இருக்கலாம். சென்னைப் பள்ளியில் இந்த மாதிரி மொழிகள் கூடக் கற்றுக் கொடுக்கிறார்களா? நாட்டில் நிஜமாகவே தேசிய ஒருமைப்பாடு செயல்பட்டு வருகிறது. அங்கு போடப்பட்ட நாற்காலிகள் நிச்சயமாகப் பள்ளி மாணவர்களுக்காக இருக்க முடியாது. எவ்வளவு பணக்காரப் பள்ளிக்கூடமானாலும் வகுப்பறைகள் என்றால் நீள பெஞ்சுகளோடு இணைத்த டெஸ்க்குகள்தான் பயன்படுத்துகிறார்கள். டெஸ்க்கின் மேற்பரப்பு வேண்டுமானால் பள்ளம் பிளவு இல்லாமல் இருக்கக்கூடும். வருடத்திற்கு ஒருமுறை வார்னிஷ் அடித்துப் பளபளவென இருக்கலாம். நாற்காலிகள் ஏதோ ஒரு சில கல்லூரிகளில் உண்டு. இது நிச்சயம் வயது வந்தவர்களுக்காக நடத்தும் மொழி வகுப்பாக இருக்க வேண்டும் அல்லது இப்போதுபோல ஒரு பொதுக் கூட்டமாக இருக்க வேண்டும். இப்போது நடப்பதைப் பொதுக் கூட்டம் என்று கூற முடியுமா? கருத்தரங்கு. முன்னேற்றப் பாதையில் நாடு செல்கையில் அதன் முன்னேற்றத்தைச் சீர்ப்படுத்தவும் துரிதப்படுத்தவும் கருத்தரங்கு. இதை ஓர் அரசாங்கக் கூட்டம் என்று யாரும் நினைத்துவிடக் கூடாது என்பதுபோல இப்படி ஒரு பள்ளிக்கூட ஹாலைத் தேர்ந்தெடுத்திருக்கிறார்கள்.

ஆனால் இதை நடத்துபவர்கள் நீண்டகால அரசாங்க உத்தியோகம் ஏற்படுத்திய முகமாற்றத்தையும் நடை உடை பாவனைகளையும் உதறித் தள்ளிவிட

முடியவில்லை. அமைப்பாளர், அமைப்பாளரின் உதவியாளர், உதவியாளரின் உதவியாளரான ராமபத்திரன் எல்லாருக்கும் முகத்தில் அதிகாரமும் அச்சமும் உறுதியும் சந்தேகமும் கலந்த ஒரு சிலேடை முகபாவம். நினைத்தமாத்திரத்தில் பணிவு ஏற்படுத்திக் கொள்ளும் தோள்கள்.

அமைப்பாளர் வரவேற்பு உரை நிகழ்த்திக்கொண்டிருந்தார். அவருடைய இடதுகை மேஜையைக் கெட்டியாகப் பற்றிக் கொண்டிருந்தது. வலது கை அவருடைய கோட்டுப் பொத்தானைத் திருகிய வண்ணம் இருந்தது. அவரோ அவர் மனைவியோ அந்தப் பொத்தானைப் பல முறை பொருந்தித் தைத்திருக்க வேண்டும். அவர் இன்னும் கால் மணி நேரம் பேசினால் பொத்தான் தனியாகப் பிரிந்து வந்துவிடும்.

அமைப்பாளர் நம்பிக்கை நிரம்பிய சொற்களை மன்னிப்புக் கேட்கும் முறையில் பேசிக்கொண்டிருந்தார். நாட்டுக்கு வெளியிலல்ல உள்ளேதான், அவர்கள் மத்தியிலேதான், ஏராளமான எதிரிகளும் எதிர்ப்பாளர்களும் இருந்தார்கள். நாடு முன்னேற்றம் அடைந்தால் முதலில் பாதிக்கப்படுவது இந்தத் தேச விரோதிகளும் சமூகத் துரோகிகளும்தான். எவ்வளவுதான் சட்டங்களும் நியதிகளும் இருந்தாலும் இவர்கள் எடுத்ததற் கெல்லாம் தனிமனித சுதந்திரம் பாதிக்கப்படுகிறது என்று கூறி முட்டுக்கட்டை போட்டு வருகிறார்கள். அரசாங்கம் எதைச் செய்தாலும் ஜனநாயக முறையில் மக்கள் மன்றங்களில் விவாதம் புரிந்து பெரும்பான்மை உறுப்பினர்கள் ஆமோதித்த பிறகே சட்டங்களைக் கொண்டுவர முடியும். ஆனால் குழப்பவாதிகளும் சுயநலக்காரர்களும் சட்டங்களையும் ஒழுங்கு கட்டுப்பாடு நடவடிக்கைகளையும் உதாசீனப்படுத்த அவர்களுக்கு இன்னல் விளைவித்துக்கொள்வதோடு நின்றுவிடாமல் கோடிக்கணக்கான நல்ல பிரஜைகளுக்கும் தீங்கு விளைவித்துவிடுகிறார்கள். அப்படி நேர்வதை ஒரு சிறிதளவாவது மட்டுப்படுத்தத்தான் இந்தப் பிரஜைகள் கருத்தரங்கு. இம்மாதிரிக் கருத்தரங்குகள் இனி மாதம் ஒரு முறையாவது ஒவ்வொரு நகரத்திலும் ஊரிலும் கிராமத்திலும் நடத்த ஏற்பாடாகியிருக்கிறது.

அரசாங்கம் வகுத்த பல்முனைத் திட்டம் எல்லாரும் அறிந்ததே. இதை நாம் ஒவ்வொருவரும் முழு மூச்சோடும் ஒரு முனைப் போடும் செயல்படுத்த வேண்டும். அதே நேரத்தில் நம் சமூகத்தில் புரையோடியிருக்கும் சில தீய சக்திகளையும் அகற்ற வேண்டும். அதில் இரண்டு மிக முக்கியமானவை. அதி தீவிரமானவை. கொடூரமானவை. ஒன்று வரதட்சணை. இரண்டு ஜாதி வேறுபாடு.

அமைப்பாளரின் உதவியாளர் அமைப்பாளரை அணுகிக் காதோடு ஏதோ சொன்னார். அமைப்பாளர் உடனே திருத்திக் கொண்டார். இரு கொடுமைகளில் ஒன்று வரதட்சணை. இரண்டு இனவேற்றுமை.

கூட்டத்திலிருந்து ஒருவர் எழுந்து கேட்டார்: ஜாதி வேறுபாடு, இன வேற்றுமை இவை இரண்டையும் எப்படிப் பிரிப்பீர்கள்? இரண்டிற்கும் வடிவம் தர முடியுமா?

அமைப்பாளர் கூறினார். ஜாதிப் பெயர்கள் சொல்ல விரும்ப வில்லை. ஆனால் எல்லாருக்கும் ஜாதி என்றால் என்னவென்று தெரியும். ஆனால் இனம் வேறு.

இன்னொருவர் எழுந்து சொன்னார். நாம் ஒருமைப் பாட்டுக் காக இங்கு கூடியிருக்கிறோம். இங்கு யாரையும் புண்படுத்தும் விதம் ஜாதிப் பெயர் இனப் பெயர் கூறாமலிருப்பதுதான் சரி.

அமைப்பாளர் உற்சாகம் நிறைந்தவரானார். ரொம்ப சரி. ரொம்ப சரி. இங்கு கூடியிருக்கும் பொறுப்புள்ள பிரஜைகளுக்குப் பிரத்யேகமாக ஒவ்வொன்றையும் பிரித்துக் கூற வேண்டியதில்லை. இப்போது முதல் கொடுமையை எடுத்துக்கொள்வோம். வரதட்சணைக் கொடுமை. காலம்காலமாக இருந்து வந்திருக்கும் இந்தச் சமூகக் கேடினால் எண்ணற்ற பெண்கள் கல்யாணமான பிறகும் சித்திரவதைக்குள்ளாகிக் கொண்டிருக்கிறார்கள். வரதட்சணை என்பது திருமணத்தோடு நின்றுவிடுவதில்லை. அதற்குப் பின்னும் தொடர்கிறது. சமீபத்தில் இதோ இந்த இடத்தி லிருந்து அரை மைல் தள்ளி ஒரு கட்டிடத்திலிருந்து ஜானகி என்ற பெண் கீழே குதித்துத் தற்கொலை புரிந்துகொண்டாள்...

"ஜானகி இல்லை என்று நினைக்கிறேன் சார். அவள் பெயர் வேறேதோ. இரு எழுத்துக்களைக் கொண்டது என்று நினைக்கிறேன்."

"லீலா..."

"இல்லை, இல்லை. சீதா. எல்.ஐ.சி. பில்டிங்கிலிருந்து கீழே குதித்து இறந்த பெண்ணின் பெயர் சீதா."

"எல்.ஐ.சி. பில்டிங்கு இல்லை என்று நினைக்கிறேன். இங்கு யாராவது பத்திரிகை நிருபர்கள் இருக்கிறார்களா? அவர்களைக் கேட்டால் சரியாகச் சொல்வார்கள்."

அமைப்பாளர் சொன்னார். பத்திரிகையாளர்கள் அழைக்கப் படவில்லை. இது பிரஜைகள் அவர்களாகவே தங்களுக்காக நடத்தும் கூட்டம். இதை அநாவசியமாக எல்லாருக்கும் திறந்து விட்டுத் தவறான அல்லது குறைபாடான செய்திகளாக்க அரசாங்கம் விரும்பவில்லை. அரசாங்கச் செய்தி நிறுவனமே

எல்லாத் தகவல்களையும் சரியான முறையில் விநியோகம் செய்துவிடும் . . . இப்போது மீண்டும் சீதாவுக்கு வருவோம். வரதட்சணைக் கொடுமை தாங்கமாட்டாமல் ஓர் இளம் உயிர், கேவலம் பணம் காசுக்காகப் பலியாகிவிட்டது. இது இங்கே இந்த நகரில், பட்டப்பகலில். இன்னும் பல ஊர்களில் இளம் பெண்கள் உயிரோடு கொளுத்தப்படுகிறார்கள். இது வீட்டின் நான்கு சுவர்களுக்கிடையில் நடந்துவிடுகிறது. இது சட்டக் காவலர்கள் கவனத்திற்கு வருவதற்குள் மனித உயிர் சிதைக்கப் பட்டு விடுகிறது. போன உயிர் போனதுதான். சட்டத்திற்கு நீண்ட கரங்கள். ஆனால் இம்மாதிரிச் சம்பவங்களில் அது நடவடிக்கை எடுத்துக்கொள்வதற்குள் சட்டமீறல் நடந்துவிடுகிறது. இங்கு குற்றவாளிகளைத் தண்டிக்கத்தான் முடியும். குற்றம் நிகழ்ந்து விடுவதைத் தடுக்க முடிவதில்லை. இந்த விஷயத்தில்தான் நாட்டின் நலனை மனதில் கொண்ட நற்பிரஜைகள் செயலில் ஈடுபட வேண்டும். மக்களிடையே ஒரு விழிப்புணர்ச்சி ஏற்படுத்த வேண்டும். இந்தத் திட்டத்திற்கு இளைஞர்கள் மத்தியில் விசேஷ மான வரவேற்பு இருக்கிறது. உங்கள் எல்லோருக்கும் மாணவர் தலைவர் ரவீந்திரதாஸை அறிமுகப்படுத்த விரும்புகிறேன்.

முதல் வரிசையில் அமர்ந்திருந்த இளைஞன் ஒருவன் எழுந்து நின்றான்.

ரவீந்திரதாஸ் இன்றைய எழுச்சி மிகுந்த இளைய சமுதாயத் திற்கு ஓர் எடுத்துக்காட்டாக விளங்குகிறார். நம் தலைவரின் திட்டங்களை இளைஞர்கள் மத்தியில் நன்கு எடுத்துக் கூறி அனைவரையும் செயல்வீரர்களாக்கும் ஆற்றல் இவருக்கு இருப்பது நம் நாட்டின் நல்வாய்ப்பாகும். அவர் கடந்த சில மாதங்களாக முழு மூச்சுடன் ஈடுபட்டு வரும் பணிகள் பற்றி அவரையே உங்களுக்கு எடுத்துக்கூற அழைக்கிறேன் . . .

ரவீந்திரதாஸ் மேடைக்குச் சென்று மைக்ரபோன் முன்னால் நின்றான். அவன் முகத்திலும் அவன் மேடையேறிச் சென்ற விதத்திலும் ஒரு விசேஷமான சுதந்திர பாவனை தெரிந்தது.

– நாங்கள் எல்லோரும் இளைஞர்கள். எங்களுக்கு இந்த நாடு வயது முதிர்ந்த பிற்போக்காளர்களால் சீர்கெட்டுப் போவதைக் கண்டு சகிக்க முடியவில்லை. இன்று இந்த நாட்டின் குழப்பத்திற்கெல்லாமே இந்த வயது முதிர்ந்த தலைவர்களால்தான். நீங்களே பாருங்கள். ஒருவருக்கும் வயது எழுபதுக்குக் குறைந்து இல்லை. இவர்கள் காலத்தில் இவர்கள் அனுபவித்த அதிகாரமும் செல்வாக்கும் போதாது என்று இன்னும் பதவிக்காகவும் ஆட்சிக்காகவும் போட்டி போட்டுக்கொண்டு நாட்டையே குட்டிச்சுவராக்கிக் கொண்டிருக்கிறார்கள்.

அமைப்பாளர் இலேசாகச் சங்கடப்படுவதாகத் தெரிந்தது. அவர் தான் நின்ற இடத்திலிருந்தே அசைந்து கொடுத்தார். அவரும் பேசினார்; நண்பர் ரவீந்திரதாஸ் குழப்பம் விளைவிக்கும் சுயநலமிக்க முதியவர்கள் பற்றித் தான் பேசுகிறார்.

ரவீந்திரதாஸ் தொடர்ந்தான். ரவீந்திரதாஸும் அவனுடைய சகாக்களும் கல்லூரிப் படிப்பைக்கூடத் தற்காலிகமாகச் சிறிது பின்தள்ளிவிட்டுக் கடந்த நான்கு வாரங்களாகக் கையெழுத்து சேகரித்து வருகிறார்கள். சென்னையில் ஒவ்வொரு பேட்டையாக எடுத்துக்கொண்டு, பேட்டையில் ஒவ்வொரு தெருவையும் பட்டியல் போட்டுக்கொண்டு, ஒவ்வொரு தெருவில் ஒவ்வொரு வீட்டிற்கும் சென்று வருகிறார்கள். அந்தந்த வீட்டில் வசிப்பவர்களுக்கு வரதட்சணைக் கொடுமை பற்றி விளக்கமாகக் கூறுகிறார்கள். அது மட்டுமல்ல. அவர்கள் காலில் விழுந்து கும்பிட்டு அவர்களிடம் கையெழுத்து பெற்று வருகிறார்கள். இந்த நான்கு வாரங்களில் பதினேழாயிரத்து ஐநூறு கையெழுத்துக்கள் சேகரித்திருக்கிறார்கள்.

ஒருவர் எழுந்து கேட்டார்: இக்கையெழுத்து எதற்கு என்று நம் இளம் நண்பர் கூறமுடியுமா?

– கையெழுத்து என்பது இங்கு வெறும் கையெழுத்து இல்லை. உறுதி மொழி. நாங்கள் வரதட்சணை கேட்க மாட்டோம், கொடுக்க மாட்டோம் என்று வீட்டிலுள்ள ஆண் பெண் அனைவரும் எங்களுக்கு உறுதிமொழி கொடுத்திருக்கிறார்கள். நாங்கள் இதே வேகத்தில் தீவிரமாகப் பணியாற்றினால் சென்னை நகரவாசிகள் அனைவரிடமும் இந்த ஆண்டு முடிவதற்குள் கையெழுத்து பெற்றுவிடுவோம். இப்படியே நாடு முழுவதிலும் கையெழுத்து பெற்றுவிட்டால் கையெழுத்திட்டவர்கள் அனைவரும் வரதட்சணை ஒழிப்பு இயக்கத்திற்குக் கட்டுப்பட்டவர்களாகி விடுவார்கள்.

ஒருவர் எழுந்து குறுக்கிட்டார். எவரும் கையெழுத்தால் வரதட்சணையை ஒழித்துவிட முடியாது. வரதட்சணை கொடுப்பவர்கள் இருப்பதால்தான் வரதட்சணை கேட்கவும் முடிகிறது. மேலும் கையெழுத்து என்பது ஓரளவு படித்தவர்கள் மத்தியில்தான் பெறமுடியும். ஆனால் இந்த வரதட்சணைக் கொடுமை கையெழுத்துப் போடவும் இயலாத எழுத்தறிவில்லாதவர்களால்தான் வளர்க்கப்படுகிறது.

அமைப்பாளர் பதில் சொன்னார். கையெழுத்து போட முடியாதவர்களிடம் கைநாட்டு வாங்கிக்கொள்ளலாம். அது பிரச்னையல்ல.

– கைநாட்டு என்றால் அது யாருடையது, எந்த விரலுடையது என்று அத்தாட்சி வேண்டும். இல்லாது போனால் அது சட்டபடி செல்லுபடியாகாது...

கையெழுத்து, கைநாட்டு இங்கு சட்டத்திற்காகச் சேகரிக்கப் படுபவையல்ல. பொதுவாக மக்களிடம் ஒரு விழிப்புணர்ச்சி ஏற்படுத்தத்தான்.

இப்பொழுது பலர் எழுந்து குறுக்கே பேசத் தொடங்கினார்கள்.

– சட்டபூர்வமாக நடவடிக்கை தண்டனை என்றில்லா விட்டால் கையெழுத்தும் கைநாட்டும் வெறும் மைக்கோடுகளாகத் தான் முடியும். மேலும் இந்த உறுதிமொழி பெற்றோர்கள் தருவதா கல்யாணம் செய்துகொள்ளப் போகிறவர்கள் தருவதா? குழந்தைகளா? கிழவர்களா?

– அப்பொழுது கையெழுத்துடன் கையெழுத்திட்டவர் வயதையும் குறிக்க வேண்டும்...

– இது முக்கியமாகப் பெண்கள் கையெழுத்துக்களைச் சேகரிக்கும் இயக்கமாகத்தான் இருக்க வேண்டும். வரதட்சணை கொடுத்து வாங்குவதில் பெண்கள்தான் நிர்ப்பந்தம் செய்பவர் களாக இருக்கிறார்கள்...

– எந்தப் படித்த பெண் வரதட்சணை இல்லாமல் மணம் செய்துகொள்வதை விரும்புகிறாள்? அவளுக்கு இன்ஜினியர், டாக்டர், ஐ ஏ எஸ் அதிகாரிகள்தான் உரிய மணமகனாய்ப் படுகிறது. இந்தக் குழுக்களிடையே கடும் போட்டி நிகழ்கிறது. யார் அதிகம் வரதட்சணை கொடுக்க முன் வருகிறார்களோ அவர்கள் நல்ல பதவியிலுள்ள இளைஞர்களைத் தட்டிக் கொண்டு போய் விடுகிறார்கள்.

முதலில் இந்தப் பெண்களைக் கட்டிவைத்து உதைக்க வேண்டும்...

– அமைதி! அமைதி!

– பெண்கள் உயிரோடு கொல்லப்பட்டும் சித்திரவதை செய்யப் படுவதாகவும் இருக்கையில் இந்த மாதிரியான மனப்போக்கு கொண்டவர்களைக் கூட்டத்தில் அனுமதிக்கவே கூடாது...

– அமைதி! அமைதி!

– நீ யார் என்னை அனுமதிக்கக் கூடாது என்று சொல்வதற்கு? நாளைக்கு நீயே வரதட்சணைக்காக அலையப் போகிறவன்தான்.

– அமைதி! அமைதி! நாம் பொறுப்புணர்ச்சியுடன் செயல்பட...

– ஊர் உலகம் தெரியாத இரண்டுங் கெட்டான்களைப் பேசவிட்டால் இப்படித்தான்...

– அமைதி! அமைதி! அமைதி!

சிறிது அமைதி நிலவியது. அமைப்பாளர் பேசினார். ஒன்று, ரவீந்திரதாஸ் அவர்களே... இல்லை, இல்லை இன்னும் இருவர் பேச இருக்கிறார்கள். இப்போதே நேரமாகிவிட்டது. நாம் ஒரு மணிக்குக் கூட்டத்தை முடிக்க வேண்டும்... மன்னிக்க வேண்டும். அடுத்து டாக்டர் பிரகாஷ் சில கருத்துகளைச் சொல்லுவார்.

டாக்டர் பிரகாஷ் எழுந்து வந்தார். ஏதோ ஒரு கோணத்தில் அவரும் ரவீந்திரதாஸை ஒத்திருந்ததுபோலத் தோன்றியது. மீசையினால் இருக்கலாம்.

பிரகாஷ் பேசினார். நம் பெரியவர்கள் சண்டை போட்டுக் கொள்ளும்போது இளைஞர்கள் சமாதானமாகப் போய் விடுவார்கள். கல்யாணப் பிரச்னை இளைஞர் சம்பந்தப்பட்டது. இளைஞர்களைத் தகுந்த பாதையில் செல்லச் சூழ்நிலை ஏற்படுத்தினால் வரதட்சணை, ஜாதி – இனவேற்றுமை இரண்டும் ஒழிய வழியுண்டு. பெற்றோர்கள் முடிவு செய்து திருமணம் புரிந்துவைக்கும் சம்பிரதாயம் இருப்பதனால்தான் வரதட்சணைக் கொடுமை நீடித்து வருகிறது. ஜாதி மத வேற்றுமைகளையும் பெரியவர்கள் தான் கட்டிக்காத்து வருகிறார்கள்...

– நீங்களே பெரியவர்தான்!

– வயதினால்தான். மனதினால் அல்ல.

– அப்போது வயதிலும் வேற்றுமைகள் உண்டோ?

– நிச்சயமாக. பதினைந்து வயதுச் சிறுவனும் பழைமைவாதி யாக இருக்கலாமே?

– அப்போது இளைஞர்கள் என்று யாரை, எப்படிப் பிரிப்பீர்கள்?

– அமைதி! அமைதி!

– இளைஞர்கள் என்றால் இளைஞர்கள். இதற்குப் பெரிய விளக்கங்கள் தேவையில்லை. நான் சொல்வேன், பள்ளி நாட்களிலிருந்தே இந்த ஜாதிப் பிரச்சனையை ஒழிக்க வழிசெய்ய வேண்டும். அதற்கு முதல்படியாக எல்லாக் கல்வி நிலையங்களும், பள்ளிகளும், கல்லூரிகளும் ஆண் பெண் எல்லோரும் சேர்ந்து படிப்பதாக இருக்க வேண்டும். ஆண்கள் கல்லூரி, பெண்கள் கல்லூரி என்று தனித்தனியாக இருக்க அனுமதிக்கவே கூடாது. அப்போது எல்லா இளம் ஆண்களும்

எல்லா இளம் பெண்களையும் சந்திக்க வாய்ப்பு ஏற்படும். அப்போது அவர்களிடையே காதல் துளிர்விடும். எல்லா கல்யாணங்களும் காதல் கல்யாணங்களானால் ஜாதி ஏது, வரதட்சணை ஏது?

ஒரு கணம் மௌனம் நிலவியது. ஆனால் யாரோ ஒரு மூலையில் ஒருவர் கொல்லென்று சிரித்துவிட்டார். அவர் சிரிப்பு காதில் விழுந்தவுடன் கூட்டம் முழுக்கச் சிரிக்க ஆரம்பித்தது. அமைப்பாளரைத் தவிர.

கேலிச் சிரிப்பும் ஒருவருக்கொருவர் பேசிக்கொள்வதும் இனியும் தவிர்க்க முடியாது என்று நன்கு தெரிந்தவுடன் அமைப்பாளர் நன்றி கூறிக் கூட்டத்தை முடித்துவிட்டார். கூட்டம் கலைந்த பிறகும் ராமபத்திரனுக்கு நிறைய வேலை இருந்தது. முதல் காரியமாக அங்கு இரைந்து கிடந்த காகிதங்களைச் சேகரித்துப் பத்திரப்படுத்த வேண்டியிருந்தது. அக்கூட்டத்தின் நோக்கங்களையும் வெகு கவனமாக எழுதப்பட்ட அமைப்பாளரின் உரையும் அச்சடிக்கப்பட்டு எல்லோருக்கும் விநியோகிக்கப்பட்டிருந்தது. பத்து நபர்கள்கூட அதைக் கையுடன் எடுத்துச் செல்லவில்லை. தாளின் இருபுறமும் அச்சடிக்கப் பட்டது காரணமாயிருக்கலாம். ராமபத்திரன் அந்த இடத்தை விட்டு அவன் காரியாலயத்திற்குக் கிளம்பியபோது மணி பன்னிரண்டரை கூட ஆகவில்லை.

○

சாலையில் 'பாதசாரிகள் கடக்குமிடம்' என்று அடையாளம் கண்டுகொள்ளும் இடத்திற்கு வந்தவுடன் தன் கை தானாகவே பிரேக்கை இழுத்துப் பிடிப்பதை ராமநாதன் உணர்ந்தான். இந்தப் பாதசாரிகள் கடக்குமிடங்கள் எவ்வளவோ ஆண்டுகளாகவே இருக்கின்றன. ஆனால் இப்போது சில நாட்களாக அங்கு போலீஸ்காரர்களைப் பார்க்க முடிகிறது. உள்ளூர் போலீஸ் மாதிரித் தெரியவில்லை. அதுவும் இப்போதெல்லாம் எல்லாப் போலீஸார் முகத்தில் தோன்றும் ஓர் இறுக்கமும் உறுதியும் இந்தச் சாலை விதிமுறைகளைத் தவறாமல் கடைபிடிக்கச் செய்துவிடு கின்றன. இன்றுகூட இந்தப் 'பாதசாரிகள் கடக்குமிடம்' அருகில் நிற்கும் போலீஸ்காரர்கூட வெளியூர்க்காரர்; முகம், சற்றுக் கடுமையானதுதான்.

ராமநாதனுக்கு மீண்டும் சைக்கிளை அதற்குரிய வேகத்தில் ஓட்டிச் செல்லச் சிறிது நேரமாயிற்று. மூச்சு வாங்கியது. அவன் ஒரே நாளில் இருபது முப்பது மைல் சைக்கிள் மிதித்துப் பழகியவன். மழை, காற்று, உச்சி வெயில், மார்கழி அதிகாலைப் பனி, நள்ளிரவு எனப் பல வேளைகளில் பல நிலைகளில் சைக்கிள்

பயணம் செய்தது உண்டு. இப்போது சில நாட்களாக இந்த சுவாசத் தகராறு வந்திருக்கிறது.

இப்படி மூச்சுத் திணறித்தான் அவனுடைய பக்கத்து வீட்டுக் காரர் ஒருவர் நேற்று முன்தினம் செத்திருக்கிறார். சில மாதங் களாகவே காரியாலயம் தொடங்கும் நேரம் பற்றி எல்லாருமே ஜரூராக இருக்கிறார்கள். முன்பு எதையும் கண்டுகொள்ளாத அதிகாரிகள் இப்போது 'மெமோ' கொடுத்து விடுவார்கள். ஒரு அதிசயம் இந்த 'மெமோ'க்கள் எதிர்ப்பு தெரிவிக்கப்படாமல் வாங்கிக்கொள்ளப்படுகின்றன. பக்கத்து வீட்டுக்காரர் இன்னும் மெமோ வாங்கவில்லை. அன்று வாங்கிவிடுவார் என்று அவருக்கே தோன்றிவிட்டது. இருபது நிமிஷம் லேட்! சரி, கால தாமதந்தான் ஆகிவிட்டது. ஒழுங்காக 'லிஃப்ட்', வரும்வரை காத்திருந்து மாடிக்குப் போயிருக்கலாம். அதற்குப் பொறுமையில்லாமல், அந்த ஓரிரு நிமிஷங்களைக் குறைக்க மாடிப்படிக்கட்டுகள் முடித்து அவருடைய மேஜையை அடைந்தார். உட்காராமல் அப்படியே கீழே விழுந்துவிட்டார்.

ராமநாதனுக்கு அந்த மனிதர் செத்ததைவிட அவருடைய காரியாலயக்காரர்கள் செய்ததுதான் திகிலூட்டும் புதிராக இருந்தது. ஆம்புலன்ஸ் வண்டியைக் கூப்பிட்டுத்தான் அவரை வீட்டிற்கு அனுப்பித்திருக்கிறார்கள். ஆனால் ஒருவர்கூட அவருடன் வரவில்லை. காரியாலயம் மாலையில் முடிந்த பிறகுதான் சிலர் வந்தார்கள். அடுத்த நாள் தகனம் பத்து மணிக்கு மேல். அவருடன் வேலை செய்பவர்களில் ஒருவர்தான் லீவு போட்டுவிட்டு வந்திருந்தார்.

குறித்த நேரத்தில் தொடங்க வேண்டியவை தொடங்குவதை மிகவும் சௌகரியமாக இருக்கிறது. இரயில்கள் குறித்த நேரத்தில் வருவதும் போவதும் மிகவும் அவசியம். அவனே அன்று காலை ஒரு பாங்க்குக்குப் போய் பணம் எடுத்து வரவேண்டியிருந்தது. அவன் அனுபவத்தில் அது அவ்வளவு எளிதாக, அநாவசியக் காத்திருத்தல் இல்லாமல் நடந்ததில்லை. இப்போது அந்த வேலையெல்லாம் மிகவும் ஜரூராக நடந்து வருகிறது. அதே நேரத்தில் எல்லாமே ஏதோ பயத்தில் நடப்பது போன்ற உணர்வு. பயமுறுத்தினால்தான் கட்டுப்பாடு ஏற்படும் போலிருக்கிறது. இதோ இந்தப் பாதசாரிகள் சாலையைக் கடப்பதுகூட. பிரஜைகள் கனவான்களாக இருக்க போலீஸ்காரர்கள் தேவைப்படுகிறது.

காலம்காலமாக, ஆட்சியில் இருப்பவர்கள் எல்லாருமே இந்தப் பிரஜைகளுக்காகத்தான் பாடுபடுவதாகக் கூறி வந்திருக்கிறார்கள். வரிவிதிப்பு, கட்டுத்திட்டங்கள், சட்டம், நீதிஸ்தலம், மாநிலச் சட்டசபை, கிராமப் பஞ்சாயத்து, நாட்டு

மக்கள் மன்றம், போலீஸ், கம்பெனிகளின் டைரக்டர்கள் குழு – எல்லாருமே இந்தப் பிரஜைகளுக்குத்தான். மக்கள் நலனே நாட்டு நலன். நாட்டிற்கு அபாயம் வெளியிலிருந்து மட்டும் இல்லை. நாட்டுக்குள்ளிலிருந்தும்தான். அபாய நிலையைக் கடப்பதற்காகவே இந்தக் கட்டுத்திட்டங்கள் ஜரூர் நடவடிக்கைகள்.

ராமநாதனுக்கு அவனுக்குத் தெரிந்த இன்னொரு அம்மாள் பற்றியும் நினைவு வந்தது, நாற்பத்தைந்து வயதாகியும் கல்யாணம் ஆகவில்லை. அவள் தன் வாழ்க்கையை அவளுடன் கூடப்பிறந்தவர்களுக்காக அர்ப்பணித்தவள். அவளும் ஒரு சர்க்கார் சேவையில் இருப்பவள். உடல் நலமில்லை என்று ஒரு மாதம் லீவில் இருந்தாள். அதை இன்னும் நீடிக்க வேண்டும் என்று காரியாலயத்திற்குச் சென்றிருக்கிறாள். இரயில்கள் சரியாக ஓடினாலும் லிஃப்ட்கள் சரியாக வேலை செய்யவில்லை. ஐந்து மாடி ஏறிப் போனவள் அப்படியே போய்விட்டாள்.

ராமநாதனுக்கு அவனுடைய மூச்சுத் தகராறு இப்போது பயமெழுப்பியது. உயிரை விடுவதற்கே மாடியிலிருந்து கீழே விழுவது போய் இப்போது மாடிப்படி ஏறியே பிராணத்தை விட்டு விடுகிறார்கள். அவனும் இந்த சைக்கிள் பயணத்தை முடித்து விட்டு மாடிப்படி ஏறித்தான் போக வேண்டும். இருட்டில் முன்னே போகிறவன் தடுக்கி விழுந்தால் அது பின்னால் போகிறவனுக்கு விளக்கேற்றிக் காட்டியதுபோல. ஆதலால் தலை போவதா யிருந்தாலும் மாடிப்படியை அவசரம் அவசரமாக ஏறக் கூடாது.

அந்தத் தெரு அந்த மாதத்தில் ஒரே பட்டாஸ் கடைகளாக மாறிவிடும். இப்போதும் சிலர் புதுப்பந்தல் போட்டுக் கடைகளைத் துவக்கிவிட்டார்கள். பட்டாஸ் விலைப் பட்டியல்கள் தட்டிகளில் ஒட்டப்பட்டிருந்தன. இப்போது விலைப் பட்டியல்கள் எல்லாக் கடைகளுக்கும் கட்டாயம் என்றாகி விட்டது. ஒரு கடையில் ஆயிரம் பொருள்கள் விற்கப்படலாம். ஆனால் பத்து பொருள்களுக்காவது இருப்புப் பட்டியல் – விலைப்பட்டியல் எழுதிப் போட்டாக வேண்டும். இந்த விலைப்பட்டியல்கள் சாக்கட்டியினால் எழுதப்பட்டு அதற்கடுத்த நாள் அழித்துத் திருத்தி எழுதப்பட்டு . . . அந்தப் பலகைகள் ஒரே குழப்பமாக இருந்தன. கூடிய சீக்கிரம் இந்தப் பலகைகளின் நிலையைக் கண்காணிக்க அதிகாரிகள் நியமிக்கப்படலாம்.

இந்தப் பட்டாசுக் கடைகளில் ஒன்றில் பெரிதாகக் காமராஜரின் படம் மாட்டி மாலை அணிவித்திருந்தது. அவரும் மூச்சுத் திணறி இறந்திருக்கிறார். எல்லாம் ஒரு மாத காலத்திற்குள். அவர் மறைந்த காலத்தில் ஒரிரு நாட்கள் பத்திரிகைகள்

பரபரப்பாக இருந்தன. பிறகு அப்போது பழக்கப்பட்டுவிட்ட நிதானகதியை அடைந்துவிட்டன. இந்த ஆண்டு பட்டாசுகள் கூட நிதானமாகத்தான் வெடிக்கும். சத்தம் போடாமல் வெடிக்கும்.

காமராஜர் சாவைப்பற்றிப் பத்திரிகைளில் வந்த காரணங் களுக்கும் மக்கள் வாய்மொழியாகச் சொல்லிக்கொண்ட விளக்கங்களுக்கும் நிறைய பேதமுண்டு. காமராஜரே பல பேதங் களை உருவாக்கியவர். ராமநாதனுக்கு அவனுடைய நினைவில் இருந்த எந்த அரசியல்வாதியும் பேதங்களைக் குறைப்பவராக இருந்ததில்லை. ஆனால் காமராஜர் இறந்தபோது ஆயிரக்கணக்கில் மக்கள் ஆத்மார்த்தமாகக் கண்ணீர் விட்டார்கள். அவர் ஒரு முறை கீழே விழுந்து காலைக் கையை உடைத்துக் கொண்டார். படுத்தபடியே இருந்து, படுத்துக்கொண்டே தேர்தலில் ஜெயிப்பேன் என்றார். தோற்றார். அப்போதிலிருந்தே அவருடைய வாழ்க்கை இறங்குமுகந்தான். மறுபடியும் ஒரு உப தேர்தலில் ஜெயித்தார். ஆனால் படுத்திருந்தபோது விழுந்த அடி தழும்பு மாறினாலும் வலி இருந்துகொண்டே இருந்தது. இப்போது ராமநாதனுக்கு சுவாசம் தடைப்பட்டாலும் சுவாசம் என்று இருந்துகொண்டே இருப்பதுபோல.

இந்த வருஷம் தீபாவளியின்போது போனஸ் தகராறு இருக்காது. ஸ்டிரைக் இருக்காது. கொஞ்சப் பணந்தான் தரப் போகிறார்கள். அதை எல்லாரும் வாயை மூடிக்கொண்டு வாங்கிக் கொண்டு போகப் போகிறார்கள். தமிழ் மொழி ஒன்றில்தான் போகப் போகிறவர்கள் முடியும்; இருந்து கொண்டே இருக்க முடியும். தீபாவளி மிகவும் அமைதியாக, அடக்கமாக, அதிகம் சத்தம் செய்யாத பட்டாசுகள் உதவியுடன் நடைபெறும். இந்த மூச்சுத் தொந்தரவைப் பெரிதாக வளர்த்துக்கொள்ளக் கூடாது. நாளைக்கே நல்ல டாக்டராகப் பாத்து மருந்து சாப்பிட வேண்டும். வாட்டர் பரீஸ் காம்பவுண்டு சிவப்புலேபிள் மருந்து சாப்பிட வேண்டும்.

ராமநாதன் காரியாலத்தை அடைந்தபோது அது துவங்குவதற்கு இன்னும் ஐந்து நிமிஷம் இருந்தது. ஆனால் அதற்குள்ளாகவே வேலை செய்வோர் எல்லாரும் வந்து கூடியிருந்தார்கள். ஊரும் நாடும் இருந்த கெடுபிடி நிலையிலும் தீபாவளிக்கு வாங்கிய அல்லது வாங்க உத்தேசித்திருக்கும் ஜவுளி பற்றியும் பட்டாசு பற்றியும் நியைவே பேச்சு இருந்தது. பதினொன்றரை மணிக்கு டெலிவரி நோட் புத்தகத்தில் கையெழுத்திட்டு வாங்கிக்கொள்ளும்படியாக ராமநாதனுக்கு ஓர் அலுவலகக் கடிதம் வந்தது. எல்லாரும் பரபரப்படைந்தார்கள். வயிற்றில் தாங்க முடியாத குளிருடன் ராமநாதன் அக்கடிதத்தை

உறை கிழித்துப் படித்தான். அவன் அன்றிலிருந்து கட்டாய ரிடையர்மெண்ட் பெற்றவனாவான் என்று அதில் கண்டிருந்தது.

ஆக்கபூர்வமான பணியில் செயலாற்றக்கூடிய அறிவாளிகள் எல்லாம் அரசியலிலிருந்து படிப்படியாக ஒதுக்கப்பட்டு சுயநலத்தின் சொரூபமாக, அறிவும் நேர்மையும் குறைந்த அரசியல்வாதிகளின் ஆளுகைக்குள் மக்கள் உட்பட நேர்ந்தது. மற்ற தொழில்களைவிட அரசியல் மூலம் பணமும் புகழும் அதிகாரமும் அதிக அளவில் ஈட்ட முடியும் என்பதால் முழுநேர அரசியல்வாதிகள் லட்சக்கணக்கில் பெருகினார்கள். முடிந்தால் ஆளுங் கட்சிகளைச் சார்ந்தவர்களாகவும் இன்றேல் எதிர்க் கட்சிக்காரர்களாகவும் செயல்பட்டார்கள். எதிர்க்கட்சியானால் இம்மென்றால் போராட்டம், உம்மென்றால் ஊர்வலம் என்று ஆரம்பித்தார்கள். பத்திரிகைகள் அரசியலுக்கே முதலிடம் கொடுத்தன. அதிலும் சாக்கடைப் பத்திரிகைகள் அதிகம் விற்பனையாகின . . .

தேர்தல். வோட்டு என்று ஏற்பட்ட பின் தேர்தல் நிதி, வோட்டு வேட்டை என்றும் ஏற்பட்டது. இதற்காக என்னவெல்லாமோ செய்ய நேர்ந்தது. யாராருடனோ கூட்டு வைத்துக்கொள்ள நேர்ந்தது. நாட்டின் பிரதமராகப் பதவி ஏற்பவர் கூடக் கட்சிப் பூசல்களைத் தீர்ப்பதிலும் வோட்டுக்காக அலைவதிலும் பாதிநேரத்தைச் செலவழிக்க வேண்டியிருந்தது.

இம்மாதிரியான அரசியல் போக்கில் லஞ்சம் ஊழல் தழைத்துப் போனதில் ஆச்சரியமில்லை. கள்ளக் கடத்தல்காரர்கள். பதுக்கல் பேர்வழிகள், வரி ஏய்ப்போர் முதலிய சமூக விரோதிகள் எல்லாம் சுதந்திரமாகச் செயல்பட்டு வந்ததிலும் ஆச்சரியமில்லை . . .

ஊரில் நடக்கும் அரசியல் போராட்டமெல்லாம் கல்விக் கூடங்களில் எதிரொலித்தன. ஹாஸ்டலில் உணவில் உப்பு போதாது, பரீட்சையில் காப்பியடிக்கும் உரிமை மறுக்கப்படுகிறது என்றெல்லாம் கூடப் போராட்டங்கள் நடத்தப்பட்டன . . .

அரசியல் ஆதிக்கத்தினாலும் எல்லா இடங்களிலும் பொறுப்பின்மையும் ஒழுங்கீனமும் தலையெடுத்தன. ஆட்சியைப் பிடிக்க முடியாத வெறுப்பில் எதிர்க்கட்சிகள் சில ஒழுங்கீனத்தை வளர்த்தன.

இந்த நிலையில்தான் பிரதமர் அவசர நிலைப் பிரகடனம் செய்தார் . . .

— ஓர் அரசியல் கட்டுரை, 1975

பத்திரிகைகளிலும் வானொலியிலும் செய்தி இருட்டடிப்பைக் கண்டு மக்கள் திகைக்கிறார்கள். அதே சமயம் அரசியல் வாதிகளின் கூச்சலும் அவர்கள் தெருத் தெருவாய்ப் போட்டு வந்த கோஷங் களும் ஜல்லென்று அடங்கிவிட்டது கண்டு நிம்மதி அடைகிறார்கள்.

– ஓர் அரசியல் கட்டுரை, 1975

•

அவசர நிலை தற்காலிகமே.

– பிரதமர், 1975

•

... பிரச்னைகள் பற்றி அதிகம் சிந்தித்து வந்தவர் ஜெயப்பிரகாஷ் நாராயண். துரதிர்ஷ்டவசமாகச் சிறுபான்மையினர் வசதிகளுக் காகப் போராடும் கட்சிகள் அவரைச் சூழ்ந்துகொண்டு ... இவர் களுக்கு ஜனநாயகத்திலோ நீதித் துறையிலோ உண்மையான அக்கறையில்லை . . . இந்த அடாவடித்தனத்திற்கு ஜேபியும் ஒத்துப் போனது ஆச்சரியம்தான்.

– ஓர் அரசியல் கட்டுரை, 1975

•

பங்களாதேஷ் யுத்தம் இந்திரா காந்தியைப் புகழுச்சிக்கு உயர்த்தியது. அவர் மிக்க அன்புடன் துர்காவென இன்னும் பொருத்தமாக ஜோன் ஆஃப் ஆர்க்கெனவும் அழைக்கப்பட்டார். ஆனால் பங்களாதேஷ் யுத்தத்தைத் தொடர்ந்து ஏற்கெனவே ஆட்டங் கண்ட இந்தியப் பொருளாதாரம், விலைவாசி வீக்கம், வேலையில்லாமை, தொழில் அமைதியின்மை முதலியவை காரணமாகத் தீவிரச் சூழ்நிலையை அடைந்தது. இதைத் தடுத்து நிறுத்த நெருக்கடி நிலை பிரகடனப்படுத்தப்பட்டது. ஒரு கணக்கெடுப்பில் சுமார் 160, 000 பேர் காவலில் வைக்கப்பட்டனர். இதில் ஜெயப்ரகாஷ் நாராயண் மற்றும் எதிர்க் கட்சித் தலைவர்கள் பலரும் அடங்குவார்கள். இத்துடன் கட்டாயக் கருத்தடை நடவடிக்கைகள் . . . பதினொரு ஆண்டுகால ஆட்சிக்குப் பிறகு மார்ச் 1977இல் இந்திரா ஒதுக்கப்பட்டார்

– "சுதந்திரத்திற்குப் பின் இந்தியா", பி. கிருஷ்ணா

•

இந்திரா காந்தியின் அவசரச் சட்டப் பிரகடனத்தைச் சில எழுத்தாளர்கள் கவிஞர்கள், ஓவியர்கள் ஆதரித்துள்ளனர். எம். எஃப், ஹுசேன் என பேர்போன ஓவியர் இரண்டாளுயர ஓவியமாக மூன்று தீட்டி இந்திராவுக்குப் பரிசளித்தார்.

முதல் ஓவியம்: ஜூன் 12 – அலகாபாத் ஹைகோட் தீர்ப்பு தினம் – மக்கள் ஜானகியைக் குற்றம் சாட்டுகின்றனர்.

இரண்டாவது ஓவியம்: ஜூன் 24 – தேசத்தில் அமளி; அப்பீல் கோர்ட் தினம்.

மூன்றாவது: ஜூன் 26 அவசரச் சட்டப் பிரகடனம் – புலி மேல் ஆரோகணித்து துர்க்கை எதிரிகளை வீழ்த்தச் செல்கிறாள்.

– ஓர் பத்திரிகையின் அட்டைப்பட விளக்கம்

●

காமராஜ் உயிரோடு இருந்தபோது உள்ள நிலைமைதான் இப்போதும் உள்ளது. கமாராஜ் இறந்துவிட்டார் என்பதைத் தவிர வேறு எந்த மாற்றமும் ஏற்படவில்லை. காமராஜின் பெயரையும் அவர் சேமித்து வைத்த தேர்தல் பணத்தையும் பயன்படுத்திக் கொள்ளவுமே ந.நா.இ.கா, காமராஜ் காங்கிரஸ் மேல் இத்தனை கரிசனம் காட்டுகிறது என்று ஸ்தாபன காங்கிரஸார் நினைத்தால் அதில் தவறு . . .

– ஒரு பத்திரிகைக் கட்டுரை

●

ஒன்பதாண்டு கால தி.மு.க. ஆட்சியை ஒரு வழியாக முடித்தாகி விட்டது. அதற்கு அவசர நிலைச் சூழ்நிலையும் நாலு தரப்பிலிருந்து லஞ்ச ஊழல் குற்றச்சாட்டுகளும் உதவி செய்திருக்கின்றன.

ஒரு விதத்தில் காமராஜரின் லட்சியத்தை இந்திரா காந்தி நிறைவேற்றி விட்டார் என்று சொல்லலாம். ஆனால் அதைத் தேர்தல் மூலமே சாதிக்க முடிம் என்று (காமராஜ்) நம்பியிருந்தார். இப்படிக் குறுக்கு வழியில் ஒரே இரவில் தி.மு.க. ஆட்சியைத் தொலைக்க முடியும் என்றால் அதை அவர் உயிருடன் இருந்தபோதே செய்திருக்கலாம்.

– ஒரு பத்திரிகைத் தலையங்கம், பிப்ரவரி 1976

●

காமராஜர் எப்பேர்ப்பட்ட அவதார புருஷர் என்ற செய்தி, தமிழ்நாட்டில் சர்வ கட்சிகளும் தனித்தனியாக (முன்பு) அவர் பிறந்த தினத்தையும் இப்போது அவர் இறந்த தினத்தையும் கொண்டாடிய விதத்தினின்றும் தெரிகிறது.

'நீ அன்று சொன்னாய், இன்று அவற்றைப் பிரதமர் செயலாக்கி வருகிறார்' என்று காங்கிரஸ் சார்பில் போஸ்டர்களும், 'நீ காட்டிய ஜனநாயக வழி நடப்போம்' என்று பழைய

காங்கிரஸ் போஸ்டர்கள்; தி.மு.க.வை ஆரம்பித்ததே காமராஜர் தானோ என்று சந்தேகப்படும்படியாக 'உடன்பிறப்புகளுக்கு' முரசொலியில் கருணாநிதியின் கடிதங்கள்; 'பெருந்தலைவருக்குப் புரட்சித் தலைவரின் பாராட்டு...'

சென்னையில் 'அலகாபாத் அத்தை' என்ற நாடகம் நடைபெற்று வருகிறது. அலகாபாத்திலிருந்து ஓர் அத்தை தமிழ் நாட்டுக் கிராமத்துக்கு வருகிறாள். அவள் குடும்பத்தில் பல ஊழல்கள். சரி செய்கின்றாள். கிராம மக்கள் பிற்போக்கான நிலையில் இருக்கின்றார்கள். சோஷலிஸத்தின் சிறப்பை அவர்களுக்கு எடுத்துக்கூறி கிராமத்தில் நிலவிவந்த தரகு ஏற்பாட்டைத் தகர்த்தெறிகின்றாள். கிராமத்தில் பசுமை கொழிக்கிறது. கிராம மக்கள் இந்த அத்தையின் தலைமையை ஏற்றுச் செயல்படுகின்றார்கள். பயனுள்ள நாடகம். 'மேலும் மேலும் இத்தகைய நாடகங்கள் வரவேண்டுமென்று தலைமை உரையில் கூறிய தமிழ்நாட்டுக் காங்கிரஸ் தலைவர் கூற்று சிந்தித்தற்குரியது.

— ஒரு மாதப் பத்திரிகையில் சென்னை நிலவரம், 1976

●

பார்லிமெண்டில் 44வது அரசியல் சட்டத்தை அமலாக்கி விட்டார்கள். தேர்தலுக்குப் பின் கூடும் பார்லிமெண்ட் தொடரில்தான் கொண்டு வர வேண்டும் என்று எதிர்க்கட்சிகள் ஆட்சேபித்தன, பார்லிமெண்ட் தொடரை பகிஷ்கரித்தன – வலது கம்யூனிஸ்டுகள் நீங்கலாக.

— செய்தி, 1976

●

6
நடனத்திற்குப் பின்

பிருந்தாவன் எக்ஸ்பிரஸ் பெங்களூர் கண்டோன்மெண்ட் இரயில் நிலையத்தை அடைந்த போது பகல் சரியாக ஒரு மணி. இப்போது இரயில்கள் மீண்டும் தாமதமாக போக ஆரம்பித்துவிட்டன. பதினைந்து நிமிஷத் தாமதம். அந்த நேரத்தில் சூரியன் கண்ணுக்குத் தெரியவில்லை. ஆனால் ஆகாயம் ஒரு பிரம்மாண்டமான வெள்ளைக் கண்ணாடி விளக்கு மாதிரி மென்மையான ஒளி அளித்துக்கொண்டிருந்தது. அந்த ஒளியில் கண்டோன்மெண்ட் நிலையம் இந்தியா மாதிரி இல்லை. அங்கு காணப்பட்டவர்களில் கோட் அணியாதவர்கள் மிகக் குறைவு. பொதுவாகப் பெரிய நகரங்களில் காணும் சில ஜனநாயக சின்னங்கள் அங்கு காணவில்லை.

கண்ணில் தென்பட்ட ஐந்தாறு போர்ட்டர்கள் கூட ஒழுங்காகச் சாப்பாடு கிடைப்பவர்களாகத்தான் தோன்றினார்கள், போர்ட்டர்கள் போன்று மேல் வர்க்கங்களுக்கு நேரடியாகச் சேவை புரிபவர்கள் அந்த மேல்வர்க்கச் சூழ்நிலையோடு பொருந்திப் போய் விடுகிறார்கள்.

சோமு கண்டோன்மெண்ட் நிலையத்தில் இரயிலிலிருந்து இறங்கிவிட்டாலும் ஏதாவது அதிசயம் நேர்ந்து அது பெங்களூர் சிடி நிலையமாக மாறிவிடாதா என்று ஒரு கணம் நினைத்தான். பெங்களூர் சிடி நிலையம் அப்படி ஒன்றும் அவனுக்கு அதிகப் பரிச்சயம் ஆன இடமில்லை. இருந்தாலும் அங்கு அவன் கண்டிருந்த பலவிதமான ஜனத்திரளும் நிலையத்தை விட்டு வெளியே வந்தவுடனே பார்க்கக் கூடும் பஸ்கள் குவியலும் அவனுக்கு ஒரு சகஜ உணர்வு கொடுக்கக் கூடியவை. கண்டோன்மெண்ட்டில் ஜனத்திரளும் அதிகம் கிடையாது. இருந்தவர்களும் அவனுக்கு அன்னிய உணர்வு தோன்ற வைப்பார்கள். இவர்களில் அவன்

ஒரு அன்னியனைத் தேடிக் கண்டுபிடித்து அவன் உதவி கொண்டு ஓர் உறவினர் வீடுபோய்ச் சேர வேண்டும்.

இந்த ஏற்பாட்டிற்கு அவன் ஒத்துக்கொண்டிருக்கக் கூடாது. ஆனால் அவனுக்கு இந்த ஏற்பாட்டைச் செய்து கொடுத்தவர்கள் அவன் சிரமப்படக் கூடாது என்கிற நல்லெண்ணத்தில்தான் அவனை இரயில் நிலையத்திலிருந்தே அழைத்துப் போக எண்ணியிருந்தார்கள். சோதனை போல அந்த வீட்டுக்காரர்களில் ஒருவருக்கும் அன்று வசதியில்லை. ஒரு மூன்றாம் மனிதரிடம் உதவி கோரியிருந்தார்கள். அவர் தன்னுடைய மோட்டார் சைக்கிள் நம்பர் தகடை அடையாளமாகக் கூறியிருந்தார்.

சோமு இரயில் நிலையம் வெளியே வந்தான். குழப்பத்தோடு வருபவன் காந்தம்போல நிறையப்பேர் கவனத்தைக் கவருகிறான். அங்கு நின்ற அத்தனை ஆட்டோ ரிக்ஷாக்காரர்களும் அவனை விசாரித்துவிட்டார்கள். அவன் சிலருக்குப் பதில் சொல்லி, சிலருக்குப் பதில் சொல்லாமல் அந்த இடத்தில் மோட்டார்சைக்கிள்கள் எங்கு நிறுத்தி வைக்கப்பட்டிருக்கின்றன என்று தேடினான். அவனுடைய தேடல் இன்னும் சிலரையும் அவனிடம் கவர்ந்தது. அவனுக்குத் திடீரென்று ஒரு சந்தேகம் வந்தது. பெரிய நகரங்களில் உள்ள பல சிறிய ரயில் நிலையங்கள் போல இதற்கும் மறுபுறம் இருந்து அங்கே அந்த மூன்றாம் மனிதன் அவனுடைய மோட்டார் சைக்கிளை நிறுத்தியிருந்தால்? இந்த மோட்டார் சைக்கிள் வம்பு இல்லை என்றால் இதற்குள் இங்கு ஆர்வம் காட்டும் இவ்வளவு வண்டிக்காரர்களில் ஒருவனை அமர்த்திக்கொண்டு இங்கிருந்து நகர்ந்திருக்கலாம்.

அந்த நிலையத்திற்கு ஒரு மறபுறம் உண்டா என்று விசாரித்தது சட்டென்று யாருக்கும் புரியவில்லை. சோமுவுக்கு இந்தப் பெட்டியைத் தூக்கிக்கொண்டு மறுபடியும் மாடிப்படி ஏறவேண்டி வருமே என்று கவலையாக இருந்தது. முதலில் இந்தப் பக்கத்தில் அவன் தேட வேண்டிய வண்டி இல்லை என்பதை உறுதிப்படுத்திக்கொள்ள வேண்டும்.

சோமு மோட்டார்சைக்கிள் நம்பர்களைத் தன் கையில் வைத்திருந்த கடிதத்துடன் ஒப்பிட்டுக்கொண்டிருந்தான். அந்த நேரத்தில் அவனுக்கு அந்த எண் மூளையில் பதிய மறுத்தது. மனித வாழ்க்கையே சுய நன்மை என்னும் தளத்தின் மீது அமைவதாகத்தான் கூறுகிறார்கள். ஆனால் இந்த மூளை பல தருணங்களில் நேர் எதிராகத்தான் செயல்படுகிறது. நேராகப் படுகுழியில் போய் விழுவதற்குத்தான் வழி செய்கிறது. இன்றைக்குத் தமிழ்நாட்டில் தேர்தல். நாடெங்குமே இது தேர்தல் காலம். மனிதன் சுயநன்மை கோருவதில்லை. குட்டிச்சுவரில்

முட்டிக்கொள்வதையே விரும்புகிறான் என்பதற்கு இந்தத் தேர்தலை ஓர் எடுத்துக்காட்டாக வைத்துக்கொள்ளலாம்.

யாரோ பேர் ஊர் முகம் தெரியாத ஒருவருக்காகப் புது ஊரில் தடுமாறிக் கொண்டிருக்கையில் கூட அன்று அவன் வோட் போடுவதைத் தவிர்த்துக்கொண்டது சிறு திருப்தி அளித்தது. அற்ப சந்தோஷம். மலிவு மகிழ்ச்சி. இவன் வோட்டுப் போடுவதாலும் போடாததாலும் தான் உலகமே இயங்கிக்கொண்டிருக்கிறது! முதலில் மோட்டார் சைக்கிளைக் கண்டுபிடி!

மோட்டார்சைக்கிள் இல்லை, ஸ்கூட்டராக இருக்குமோ? சொன்னவர்கள் வாய்தவறி ஸ்கூட்டருக்குப் பதில் மோட்டார் சைக்கிள் என்று கூறியிருக்கலாம். இது சொன்னவர் வயதைப் பொறுத்த விஷயம். முப்பது முப்பத்தைந்து வயதுக்குட்பட்டவராக இருந்தால் அவர்கள் இதில் மாறாட்டம் செய்வதில்லை. அவர்களுடைய பிரக்ஞையில் ஸ்கூட்டர்களுக்கும் மோட்டார்சைக்கிள்களுக்கும் தனித்தனி இடமுண்டு. ஆனால் இரண்டாம் உலக யுத்தத்திற்கு முந்திய தலைமுறையினருக்கு மோட்டார் பொருத்திய இரு சக்கிர வண்டிகள் எல்லாமே மோட்டார் சைகிள்தான். ஸ்கூட்டர் அத்துமீறி நுழைந்து விட்டதொரு பொருள்.

இனியும் யாருக்காகவும் காத்துக்கொண்டும் தேடிக் கொண்டும் இருக்க வேண்டியதில்லை. இப்படி அர்த்தமற்ற இடைவெளிகள் வாழ்க்கையின் பயனுள்ள காலஅளவைக் குறைத்துவிடுகின்றன. இந்த இடைவெளிகள் ஏற்படுத்தும் வேதனை ஆயுளைக் குறைத்துவிடுகின்றன. இன்று இந்த அரை மணிநேரக் குழப்பமும் வேதனையும் தன் ஆயுளின் ஒரு நாளையாவது அபகரித்துக்கொள்ளும்.

ஒரு முடிவுக்கு வந்த மனநிலை தரும் தெளிவோடு சோமு பெட்டியைத் தூக்கிக்கொண்டு சாலைக்கு வந்தான். இரயில் நிலையத்தில் வாடகை வண்டிகள் இருந்தன. இரயில் வந்த பரபரப்பு முற்றிலும் அடங்கிப் போய்விட்டது. அந்த வண்டிகளை முன்பு புறக்கணித்தாயிற்று. இப்போது மீண்டும் அவர்களை அணுகுவது தன்னைத் தானே வருத்திக்கொள்வதற்கு ஈடாகும். நிறைய வருத்திக்கொண்டாயிற்று.

சுதந்திரமாகச் செயல்படத் தொடங்கிய அந்த நேரத்தில் சுதந்திரம் திடீரென்று பறிபோயிற்று. அவன் தேடிக்கொண்டிருந்த எண் உடைய மோட்டார் சைகிளை ஓட்டியபடி ஒரு தாடிமீசைக்காரன் அங்கு பரபரத்த நிலையில் வந்தான். மந்திர வித்தைபோல நேராகச் சோமுவை அணுகி “நீ எனக்காகத் தானே இங்கு காத்திருந்தாய்?” என்று கேட்டான். அவனுக்குக்

காத்திருத்தல், தேடல், வாழ்நாளைக் குறைக்கும் மனச் சலனம் ஏதும் ஏற்படாது. "ஏறிக்கொள்", என்றான். "சீக்கிரம் போய்விடலாம்."

சோமு குதிரை ஏறுவதுபோல அந்த மோட்டார் சைக்கிள் பின்சீட்டில் உட்கார்ந்துகொண்டாள். பெட்டியை அவ்வளவு எளிதாக மடியில் வைத்துக்கொள்ள முடியாது. தோளில் மாட்டிக்கொள்ளும் பைக்குப் பிடி மிக நீளம். இவ்வளவு அபாயகரமாக இந்தப் பயணம் வேண்டாம் என்று கீழேயிறங்கிவிடத் தீர்மானித்த நேரத்தில் எந்த முன்னெச்சரிக்கையும் இல்லாமல் அந்த தாடிமீசைக்காரன் மோட்டார் சைக்கிளைக் கிளப்பிவிட்டான். சோமு "நிறுத்து! நிறுத்து!" என்று கத்தினான். ஆனால் அந்த மோட்டார்சைக்கிள் எழுப்பிய சத்தத்தில் அது அமுங்கிப் போயிற்று. கையால் அவன் தோளைப் பிடித்துச் சொல்லவும் முடியாது. மோட்டார் சைக்கிள், திகில் சினிமாக்களில் பங்கு பெறுவதற்குத் தயார் செய்துகொள்வதுபோலச் சீறிக்கொண்டு பாய்ந்தது. எந்த நேரமும் எதன் மீதோ யார் மீதோ மோதப் போகிறது என்கிற எதிர்பார்ப்பிலும் சோமுவுக்குப் புது ஊரைப் பார்க்கும் வினோத உணர்வும் தோன்றியது. தமிழ்நாட்டைவிடப் பங்களூரில் தேர்தல் அதிதீவிரமாகப் போட்டியிடப்படுவதற்குச் சின்னங்கள் எங்கு திரும்பினாலும் தென்பட்டன. அடுத்த நாள் வாக்குப் பதிவானபடியால் பகிரங்கமான கோஷங்கள், கூட்டங்கள் இல்லை. ஆனால் சிறுசிறு ஒலிபெருக்கிகள் இயங்கிக்கொண்டு தான் இருந்தன. ஏதோ இந்த ஊர் வாக்கெடுப்பை நேரில் வந்து கண்காணிக்க நியமிக்கப்பட்டவன்போல இன்று வந்து தேடுகிறான்!

தேர்தல்கள் நாட்டின் தலைவிதியை நிர்ணயிப்பதில் வெற்றியடையாவிட்டாலும் சிலர் நபர்களின் தலைவிதியை நிர்ணயித்து விடுகின்றன. மூன்றாண்டுகளுக்குள் இரு பெரும் தேர்தல்கள் நிகழும் என்று யார் எதிர்பார்த்திருக்க முடியும்? இரண்டாவது சுதந்திரம் வந்துவிட்டதாகத்தான் மூன்றாண்டுகள் முன்பு எல்லாரும் ஆடினார்கள், பாடினார்கள். "இது இரண்டாம் விடுதலை, இருபத்தொரு மாதங்கள் பயத்தாலும் வேதனையாலும் துவண்டு கிடந்தனர் இந்திய மக்கள். இன்று மீண்டும் சுதந்திரப் பேரிகை ஒலிக்கிறது . . ."

யாரால் பயத்தாலும் வேதனையாலும் துவண்டு கிடக்க நேர்ந்ததாக அன்று கூறினார்களோ அவர்கள் பெயர்கள், படங்கள் நிறையவே இந்தத் தேர்தல் சுவரொட்டிகளிலும் தோரணங்களிலும் காணக் கிடைக்கிறது. இந்த ஊரில் மக்கள் வேதனையாலும் பயத்தாலும் துவண்டு கிடந்த செய்தி நிறையவே வெளிவந்தது. ஒரு பெண்மணி சிறையிலிருந்தபடி விரிவாகவும்

உருக்கமாகவும் டயரி எழுதியிருந்தாள். அவளைச் சிறையிலிருந்து வெளிக்கொணரப் பலர் பாடுபட்டார்கள். ஜனாதிபதி தொடங்கி மாநில முதலமைச்சர் போலீஸ் அதிகாரிகள் அரசியல் புள்ளிகள் எல்லாருக்கும் மகஜரும் விண்ணப்பங்களும் அனுப்பினார்கள், நேரில் பார்த்துக்கேட்டுக் கொண்டார்கள். திடீரென்று ஒருநாள் அப்பெண்மணி விடுதலை செய்யப்பட்டாள். எல்லாருக்கும் மிகவும் சந்தோஷம். ஆனால் அப்பெண்மணி அவளுடைய இரண்டாம் விடுதலையை ஒரு மாதம்கூட அனுபவிக்காமல் செத்துப்போனாள். அப்பெண்மணியின் படம் இல்லா விட்டாலும் அவள் பெயரைச் சொல்லித் தேர்தல் பிரச்சாரம் நடந்தது. இன்னமும் நடந்துகொண்டிருக்கிறது. ஏதோ புரியாத மொழியில்தான் ஒலிபெருக்கி சத்தம் போட்டுக்கொண்டிருக்கிறது. ஆனால் நடுநடுவே அந்தப் பெண்மணியின் பெயர் அழுத்தம் திருத்தமாகச் சொல்லப்படுகிறது. அந்தப் பெண்மணியைக் கொலை செய்தவர்களையா ஆதரிக்கப் போகிறீர்கள்? அவளைப்போல நாடெங்கிலும் ஆயிரக்கணக்கில் மக்கள் துடிதுடித்து இழிவுபடுத்தப்பட்டு உயிரை விட்டிருக்கிறார்கள். அவர்கள் பலவந்தமாகக் கருத்தடை அறுவைச் சிகிச்சை செய்யப்பட்டிருக்கிறார்கள். நகரத்தின் நடுவில் இருந்த அவர்களுடைய வீடு வாசல்கள் புல்டோஜர் ஓட்டித் தரைமட்ட மாக்கப்பட்டிருக்கின்றன. இதற்கெல்லாம் காரணமான அரக்கக் குடும்பத்தை அரண்மனைக்கு வெளியில் ஓட்டியாகிவிட்டாயிற்று. இம்முறை இன்னும் எட்டிப்போகும்படியாக விரட்ட வேண்டும். தப்பித் தவறி அவர்களை மீண்டும் அரியணைக்கருகாமையில் வரவிடாதீர்கள் . . .

“ஐயோ!” என்று சோமு கத்தினான். மோட்டார் சைக்கிளை தாடி மீசைக்காரன் நடைபாதை விளிம்புமீது ஏற்றிவிட்டான். சோமுவின் பெட்டி சாலை நடுவில் போய் விழுந்தது. சோமு அப்படியே அந்தரத்தில் மேற் கிளம்பி அலங்கோலமாகக் கீழே விழுந்ததால் இரத்தக் காயம். ஆனால் சமாளித்துக்கொள்ளலாம். இதற்கெல்லாம் முன் அனுபவம் உண்டு என்பதுபோலத் தாடி மீசைக்காரன் விழுந்த மோட்டார் சைக்கிளைப் பதற்றப்படாமல் நிறுத்திவைத்தான். மோமுவைப் பார்த்து, ‘என்ன போகலாமா?’ என்று கேட்டான். அதைப் பற்றி ஒரு வார்த்தை கேட்க ஒரு போலீஸ்காரன் வரவில்லை.

○

போலீஸ் தடியடி ஐந்து இருபத்தேழுக்குத் தொடங்கி ஐந்து முப்பத்து மூன்றுக்கு முடிந்துவிட்டது. கிளர்ச்சிக்காரர்கள் முன் அனுபவமில்லாதவர்கள். கிளர்ச்சியைத் தொழில் முறையாகப் பழகிக்கொண்டவர்கள் யாராவது தலைமை தாங்கினால்கூட

இதே ஆறு நிமிஷத் தடியடியை இருமணிநேர அமளியாக மாற்றியிருக்கலாம். அந்த வசதியும் இல்லாததால் கிளர்ச்சி எடுத்த எடுப்பிலேயே பிசுபிசுத்துப் போய்விட்டது.

சோமுவுக்குப் பழுத்த மூங்கில் தடிகள் சில நூறுமுறை சுழன்று தரையையும் மனித அங்க அவயங்களையும் தாக்கியிருக்கிறது என்று அந்த நேரத்தில் தெரியவில்லை. பெங்களூர் சிடி ஸ்டேஷன் முன்னாலிருந்த பிரம்மாண்டமான பள்ளத்தில் இறங்கி மறுபுறம் அடைந்து கொத்துக்கொத்தாக இருந்த ஊர்ப்பயண பஸ்கள் காரியாலயங்களைத் தாண்டிக் குழப்பமாக இருந்த ஒரு சந்தில் நுழைந்து இன்னும் பெரிய குழப்பமாக இருந்த ஒரு சாலையில் வெளியேறியபோது அங்கு அந்த இடத்திற்குப் பழக்கமானவற்றிற்கு மாறான நிகழ்ச்சி ஏதோ நடந்துகொண்டிருக்கிறது என்றே தோன்றவில்லை. ஜன நெரிசலாக இருந்த அந்தப் பிரதேசத்தில் சட்டென்று அவனே உணரும்படியாக ஓர் இடைவெளி. அப்போதுதான் அந்த ஊர் வந்து சேர்ந்ததிலிருந்து அவன் எங்கே ஏதோ என்று வியந்து கொண்டிருந்த போலீஸ்காரர்கள் நிறையவே காணப்பட்டார்கள். இன்றைய மனித இயல்பின் சுயபாதுகாப்பு உணர்வு உடனே செயல்பட சோமு உடனே மனிதத்திரளை நாடி அதில் தன்னைக் கரைத்துக்கொண்டான்.

விஷயம் இதுதான். இந்தியாவுக்கு இப்போது வழக்கமாகப் போய்விட்ட சர்வதேசத் திரைப்பட விழா அந்த ஆண்டு, அந்த ஊரில், அந்தச் சாலையில் இருந்த ஒரு கொட்டகையில் துவக்கம். ஏதோ காரணமாகத்தான் துவக்கத்திற்கு என அந்தக் கொட்டகையைத் தேர்ந்தெடுத்திருக்க வேண்டும். மத்திய மாநில அமைச்சர்கள் யாருமே இல்லாமல் அதிகாரிகள் மட்டுமே இந்தத் துவக்க விழாவில் கலந்துகொள்கிறார்கள். காரணம் அது பொதுத் தேர்தல் காலம். சாதாரணமாகத் திரைப்பட விழாவென்றால் அமைச்சர்கள் அடித்துப் பிடித்துக்கொண்டு வருவார்கள். யாருக்குத்தான் சினிமா நட்சத்திரங்களின் மினுமினுப்பில் மயக்கம் இல்லை? ஆனால் இது எல்லா மயக்கங்களையும் விரட்டியடிக்கும் மிக முக்கியமான தேர்தல்.

அமைச்சர்கள் இல்லை என்ற காரணத்தால் போலீஸ் காரர்கள் மனஇறுக்கம் இல்லாமல் செயல்பட்டார்கள். சினிமா சம்பந்தப்பட்ட விழாவென்றால் இந்தியாவில் எங்கும் கூட்டமும் குழப்பமும்தான். கூட்டம் காரணமாகப் போலீஸ்.

இந்தப் போலீஸ் தடியடிக்குச் சற்று விநோதமான காரணம். துவக்க விழாவுக்குக் குத்துவிளக்கை ஏற்றி வைத்துத் துவக்க உரை நிகழ்த்துவதற்கு ஒரு முன்னாள் நடிகையை அழைத்திருந்தார்கள்.

அந்த நடிகை நாற்பது ஐம்பது ஆண்டுகள் முன்பு ஒரு தேவதை அந்தஸ்து பெற்றவள். ஆனால் இப்போது எழுபது வயதைத் தாண்டியவர்கள்கூட சிறிது முயற்சி செய்துதான் அவளை நினைவுபடுத்திக்கொள்ள வேண்டும். அந்த நடிகை அந்த நாட்களிலேயே ஒரு விவசாயப் பண்ணை வாங்கி நடத்தி வந்தாள். அந்தப் பண்ணைத் தொழிலாளிகளுக்கும் அவளுக்கும் ஏதோ தகராறு. எந்த முன்னெச்சரிக்கையும் இல்லாமல் அவர்கள் அந்தத் திரைப்படத் துவக்க விழாவின்போது மறியல் செய்ய இரகசிய ஏற்பாடு செய்து அங்கு கூடியும் விட்டார்கள். அவர்கள் சிறுசிறு குழுக்களாகச் சாலையில் நின்றுகொண்டு திடீரென்று கோஷங்கள் எழுப்பினார்கள். ஒருவன் அவர்கள் ஏன் கூடியிருக்கிறார்கள் என்பதை விளக்கிக் கூறுவதுபோல ஒரு சாதாரண மெகாபோன் கூம்பை வாயருகில் வைத்துக்கொண்டு பேசினான். பல்பொடி அல்லது லாட்டரி டிக்கெட் விற்பவன் என்று அலட்சியப் படுத்தக்கூடிய வாய்ப்பு உண்டு என்று இவனுக்கும் தோன்றியிருக்கக் கூடும். குழப்பமானதும் அபாயகாரமானதுமான மாலைப் போக்குவரத்து அந்நேரத்தில் இருந்தும் அவன் திடீரென்று நடுத்தெருவில் நின்றுகொண்டு அந்த நடிகையின் நியாயமற்ற போக்கைப் பற்றிக் கத்தினான். இப்படித்தான் போலீஸ் நடவடிக்கை அவசியமாக்கப்பட்டது.

சோமுவைக் கூட்டம் ஒரு சந்தில் தள்ளிவிட்டது. சந்துபோன்ற அமைப்பு இருந்தாலும் நிறையக் கடைகள் நைலான் பை, பொத்தான், காகித மலர், கம்பளி ஸ்வெட்டர், மலிவான பிளாஸ்டிக் பொம்மைக் கடைகள். எவ்வளவு பெரிய பணக்கார நகரமானாலும் இப்படியும் சில கடைத்தெருக்கள் தேவைப்படத்தான் செய்கின்றன. இந்த மாதிரிக் கடைகள் சில ஆண்டுகளுக்கு முன்பு சோமுவுக்கும் அவனுடைய சில நண்பர்களுக்கும் மிகவும் முக்கியமாக இருந்தது. அவர்கள் பல ஊர்களில் இப்படிச் சிறு கடைக்காரர்களிடம் ஓர் ஏற்பாடு செய்துகொண்டிருந்தார்கள். சில காகிதக் கட்டுகள் அவ்வப்போது குப்பைக்கட்டுகள்போல அங்கு கொண்டு வைக்கப்படும். ஓரிரு நாட்களில் வேறு ஒருவர் அவற்றை எடுத்துப் போவார். இரண்டாண்டுகளில் பத்துமுறை சோமு இக்காகிதக் கட்டுகளை விநியோகித்து வந்திருக்கிறான். ஆறு முறை பெற்று வந்திருக்கிறான். ஒளிந்து ஒளிந்துதான் அவர்கள் எல்லாரும் செயல்பட்டார்கள். அவர்களுடைய சகாக்கள் பலர் சந்தேகத்தின் பெயரில் கைது செய்யப்பட்டார்கள். ஆனால் ஒருவர் பேரிலும் குற்றம் என்று ஊர்ஜிதப்படுத்த முடியவில்லை. ஆனால் அதுவே விபரீதமாயிற்று. அவர்கள் காவலிலிருந்து வெளியே வந்தபோது சாதாரண நிலையில் வரவில்லை. மூவர்

இன்று

நிரந்தரமாக ஊனமுற்று விட்டார்கள்; எல்லாரும் எங்காவது ஏதாவது அடையாளம் கொண்டிருந்தார்கள்.

எவ்வளவு விருவிருப்பானதும் அர்த்தமுள்ளதாகவும் இருந்த நேரமும் பணியும் திடீரென்று ஒருநாள் அவசியமில்லாததாகப் போய்விட்டது. முதலில் சில நாட்களுக்கு அந்த ஈராண்டு அனுபவங்களைப் பற்றிப் பேசி எழுதி விவரித்து ஆதாரம் காட்டி . . . ஆனால் ஆறுமாத காலத்துக்குள் அன்று தோன்றிய இலட்சிய வேகமும் தியாக உணர்ச்சியும் தேவையற்றதோ என்று தோன்றிவிட்டது.

சோமு மீண்டும் பெரிய சாலைக்கு வந்து ஒரு படிக்கட்டுப் பாலத்தில் ஏறி சாலையின் மறுபுறத்துக்குச் சென்று அங்கு அவனுக்குப் பரிச்சயமான சந்தையும் கடையும் தேடிப்போனான். ஒரே ஒரு முறை அவனைச் சந்தித்திருந்தாலும் அப்போது ஒரு பகல் முழுதும் அவன் சோமுவைத் தன்னுடைய தின்பண்டக் கடையில் ஒளித்து வைத்தான். இரவில் சோமுவை ஒரு லாரியில் ஏற்றித் தமிழ்நாட்டு மாநிலத்திற்கு அனுப்பித்தான். தமிழ்நாட்டில் அப்போது நிலைமை தீவிரமடையவில்லை. ஆட்சியில் இருந்த கட்சியினர் மேலிடத்திலிருந்து வந்த எல்லா உத்தரவுகளையும் முக்கியமானதாகக் கருதவில்லை. அது சிறிது நாட்களுக்குத்தான்.

கடை சிறிது மாறியிருந்தது. தின்பண்டங்கள் இல்லை. ஒரு மூலையில் ஒரு தையல் மிஷினை ஒட்டிய வண்ணம் பிரபாகர் இருந்தான். சோமு புன்னகை புரிந்தான். ஆனால் பிரபாகர் அடையாளம் கண்டுகொள்ளவில்லை.

"மாத்ரு: சரணம்!"

பிரபாகர் தையல் மிஷினை மிதிப்பதை நிறுத்தினான்.

"எப்போது வந்தாய்?"

"நேற்று."

"நேற்றே வந்திருக்கலாமே?"

"ஒரு புதிய நண்பருடன் தங்கியிருக்கிறேன்."

"நான் சங்கத்தை விட்டுவிட்டேன்."

"அப்படியா?"

"எனக்கு ஒன்றுமே பிடிக்கவில்லை. இந்த ஊர்க்காரர்கள் மாதிரி அடிமை புத்தியுள்ளவர்களை எங்குமே காணமுடியாது."

"இங்கு மட்டும்தானா? எல்லா இடத்திலும்தான்."

"நீ இங்கு வந்து போனாயே, அதற்கப்புறம் என்னாயிற்று தெரியுமா?" பிரபாகர் பைஜாமாவைத் தூக்கி அவனுடைய கால்களைக் காண்பித்தான். இரு கால்களின் முன் பகுதியிலும் முழங்காலிலிருந்து கணுக்கால் வரை நீளமாகக் காயம்பட்ட மாதிரி வடு இருந்தது. "இப்போது நின்றால்கூட கோணிக் கொண்டுதான் இருப்பேன். நல்ல வேளை, ஒரு மாதிரி தையல் மிஷினை ஓட்ட முடிகிறது. ஒரு பிரைவேட் ஸ்கூலில் சொல்லி வைத்திருக்கிறேன். புது வகுப்புகள் ஆரம்பிக்கும்போது வேலை கிடைத்துவிடும்."

"அதற்கு இன்னும் ஆறு மாதங்களாவது ஆகுமே?"

"ஆமாம்."

"உன் அம்மா தங்கை எல்லாம்?"

"அம்மா உள்ளேயிருக்கிறாள். தங்கைக்குக் கல்யாணம் ஆகிவிட்டது. மாண்ட்யாவில் இருக்கிறாள். உன் விஷயம் எப்படி? இன்னும் பிரஸ் வேலைதானா?"

"வேலையை விட்டு விட்டேன். இல்லை, நிற்கும்படியாகி விட்டது. வைத்தியத்திற்குத்தான் இங்கு வந்திருக்கிறேன்."

"இங்கு என்ன விசேஷ வைத்தியம்? இங்கும் தினமும் நிறையப் பேர் சாகிறார்கள்."

"நேற்று இங்கு வோட்டுப் போடுவது போலிருக்கிறது."

"ஆமாம். நான் போடவில்லை."

"நானும்தான்."

"அங்கெல்லாம் எப்படி?"

"உனக்குத் தெரியாததா? புதுப்புது நண்பர்கள் கொலை செய்யப் பார்த்தவர்கள், இரயிலைக் கொளுத்தியவர்களெல்லாம் இன்று கூட்டு.

"சிக்மகளூருக்குப் பிறகே இங்கு காற்று எப்படி வீசுகிறது என்று தெரிந்துவிட்டது. ஆனால் இங்கு என்றைக்கு வாழ்ந்தது? இன்னும் இரு நாட்களில் எல்லாம் தெரிந்துவிடும்."

"நீ எங்கள் ஊர்ப்பக்கமெல்லாம் வருவதில்லையா? உங்களுக்கு இந்த இடமே முழுத் திருப்தியும் தந்துவிடுகிறது போலிருக்கிறது."

"உண்மைதான். இந்தக் கர்னாடக பூமி மாதிரி உலகத்தில் எங்காவது பார்க்க முடியுமா?"

"நீ எவ்வளவு உலகத்தைப் பார்த்தருக்கிறாய்?"

"பார்த்ததில்லைதான். ஆனால் கேள்விப்பட்டிருக்கிறேன். எல்லா இடங்களையும் பார்த்தவர்களைப் பார்த்திருக்கிறேன். கேட்டிருக்கிறேன்."

"இருந்தாலும் வெளியே போகலாம், இல்லையா?"

"எங்கே போவது? நான் ஒருமுறை உன் ஊருக்கு வந்திருந்தேன். கண்ணைக் கட்டிக் காட்டில் விட்ட மாதிரி இருந்தது. உங்கள் மொழிக்காரர்கள் தவிர வேறு எவரும் எதையும் படிக்கக்கூடாது என்பது மாதிரி இருந்தது. வாயைத் திறந்து விசாரித்தால் கேலி. என்னை ஒரு பஸ்காரன் மிகவும் அவமானப்படும்படியாகப் பேசி நடுத்தெருவில் இறக்கிவிட்டான். ஒரு ஆள்கூட என் உதவிக்கு வரவில்லை."

"எனக்கும் இம்முறை இந்த ஊரில் அப்படித்தான் தோன்றிற்று."

"நாம் அண்டர்கிரவுண்டு இருந்தபோது எதுவுமே பிரச்னை யாக இல்லை. நிரந்தரமாக மகிழ்ச்சியாக இருப்பதற்கு நிரந்தரமாக வேட்டையாடப்பட வேண்டும் போலிருக்கிறது. இதனால்தான் புறாவும் ஆட்டுக்குட்டியும் சமாதானச் சின்னங்களாக இருக்கின்றன போலிருக்கிறது."

திடீரென்று குளிர ஆரம்பித்தது. "நான் போக வேண்டும்," என்று சோமு கிளம்பினான்.

"அம்மாவைப் பார்க்க வேண்டாமா? அவளிடம் சொல்லிக் கொண்டு போ."

உள்ளே விளக்கேற்றப்படாமல் இருட்டாக இருந்தது. பிரபாகரின் அம்மா ஒரு நாடாக்கட்டிலில் நிறையக் கம்பளிகள் போர்த்திய வண்ணம் இருந்தாள். அந்த இடத்திலிருந்து நோய்க்கும் மருந்துகளுக்கும் உரிய வாசனைகள் கலந்து வீசின.

"தூங்கினால் எழுப்ப வேண்டாம்," என்று சோமு சொன்னான்.

"அம்மா தூங்குவதே இல்லை. உண்மையில் அதுதான் சிரமமாயிருக்கிறது." பிரபாகர் விளக்கைப் போட்டு, "அம்மா, முன்னே தமிழ் தேசத்திலிருந்து ஒருவர் வந்து தங்கியிருந்தாரே, அவர் மீண்டும் வந்திருக்கிறார்," என்றான்.

பிரபாகான் அம்மா சோமுவை உட்காரும்படி சமிக்ஞை செய்தாள். சோமு பக்கத்திலிருந்த ஸ்டுலில் உட்கார்ந்தான். அங்கு வீசிய வாசனை அவனுடைய வயிற்றை ஏதோ செய்தது.

மூவரும் சிறிது நேரம் மௌனமாக இருந்தார்கள். சோமு எழுந்திருந்து, "நான் போய்வருகிறேன்," என்றான்.

"கல்யாணமாயிற்றா?" என்று பிரபாகரின் அம்மா கேட்ட மாதிரி இருந்தது. அவளுடைய பேச்சு சோமுவுக்குச் சரியாகப் புரியவில்லை.

"இல்லை."

"சீக்கிரம் கல்யாணம் செய்துகொள். போலீஸ் கீலீஸ் வம்புக்குப் போகாதே."

"சரி."

"இவனிடம் நிறையச் சொன்னேன். ஒரு மாசம் ஜெயிலில் வைத்துவிட்டார்கள். காலிலெல்லாம் நிறைய அடி."

சோமு பேசாமல் நின்றான். பிரபாகர் அங்கிருந்து நகர்ந்தான்.

பிரபாகரின் அம்மா அவளுடைய கவனம் தளர்ந்து கூரையைப் பார்த்தவண்ணமிருந்தாள். சோமு அவளிடம் சொல்லிக்கொள்ளாமல் வெளியே வந்தான். பிரபாகர் அங்கு காத்துக்கொண்டிருந்தான்.

"எப்போது உன் வைத்தியம் ஆரம்பம்?" என் பிரபாகர் கேட்டான்.

"என் மனது ஒரு நிலையிலில்லை. ஊர் திரும்பி விடலாமா என்று தோன்றுகிறது."

"ஏன்?"

"ஏதோ ஒரு இலட்சியத்தோடு இந்த ஊரைப் பற்றி எப்போதும் நினைத்துக்கொள்வேன். என்ன காரணத்தினாலோ எனக்கு இப்போதே ஏதோ பெரும் ஏமாற்றம் நிகழப்போகிறது என்கிற உணர்வு ஏற்பட்டிருக்கிறது. இந்த ஏமாற்றம் நான் என் ஊரிலிருக்கும் போது நிகழட்டும்."

"எனக்கு ஏமாற்றம் இல்லை. இன்னும் நான்கு நாட்களில் நாம் மறுபடியும் முந்திய நிலையை பெற்றுவிடுவோம். அதுதான் நமக்கு உரியது என்றால் அதற்கு மேல் ஆசைப்படுவது அர்த்தமற்றதல்லவா?"

"அர்த்தம்! நாம் தேடத்தேட அது நழுவிக்கொண்டே போகிறது." மேற்கொண்டு பேசாமல் சோமு கீழே இறங்கி நடந்துபோனான்.